ĐÀO NHƯ

TẢN VĂN & TÙY BÚT
TUYỂN TẬP

NHÂN ẢNH

2022

ĐÀO NHƯ - TẢN VĂN & TÙY BÚT
TUYỂN TẬP
Tác giả: Đào Như
Bìa: Uyên Nguyên Trần Triết
Tranh bìa và Phụ bản: Khánh Trường
Dàn trang: Lê Hoàng
Nhân Ảnh ấn hành 2022
ISBN: 9781088006078

MỤC LỤC

TỰA

Qua một số sách vở và những bài viết được phổ biến trên các trang mạng VietBao on line, Viêt Nam Nhật Báo, Diễn Đàn Thế Kỷ 21... và trên facebook, tôi đã tích lũy trên suốt chiều dài hơn 20 năm qua, được một số lớn bài viết mà tôi có thể cho ra mắt độc giả dưới nhiều dạng khác nhau. Trong đó có truyện dài SÀIGÒN-NGÀY TRỞ LẠI, tập truyện CUỐN THEO CHIẾN TRANH, và bây giờ TUYỂN TẬP TẢN VĂN VÀ TÙY BÚT. Tôi chân thành nhớ ơn những người sở hữu và những cộng sự viên, những người cầm bút, của những trang mang trên đã dành cho tôi những cơ hội phổ biến muôn vàn những bài viết của tôi dưới những chủ đề khác nhau. Cám ơn nhà văn, nhà phê bình và nhận định văn học-Trịnh Y Thư- Chủ Nhiệm Việt Báo Online, đã nhiệt tình quan tâm đến những bài viết của tôi. Tôi cũng xin tri ân họa sỹ Khánh Trường đã cho phép chúng tôi sử dụng những tranh của họa sĩ, trong tuyển tập Tản Văn & Tùy Bút của chúng tôi..

Tôi xin gửi đến các bạn cùng nhớ những gì đã đến, đã đi, đã để lại những vết hằn chiến tranh trên tâm hồn chúng ta, trên da thịt của chúng ta, những di tích đau đớn trên dòng thời gian chúng ta đang sống...

Mong sao Tuyển Tập Tản Văn và Tùy Bút này không chỉ đáp ứng sự cảm nhận giữa tác giả và người đọc mà còn là chiếc cầu nối của những tâm hồn khát khao hòa bình ổn định.

Cuối cùng tác giả xin cảm ơn sự hợp tác tích cực của anh Lê Hân và nhà xuất bản Nhân Ảnh- Nếu không có sự tận tình giúp đỡ kỹ thuật in ấn và xuất bản của anh Lê Hân, khó mà quí vị độc giả có được tuyển tập mà quí vị mong đợi, trên tay mình hôm nay../.

Đào Như

Sept. 8 -2022

NGÀY HÒA BÌNH ĐẦU TIÊN

Anh đến gặp tôi vào một sáng mùa Thu tại Chicago, anh cho tôi hay anh mắc phải bịnh co thắt động mạch chủ. Hiện giờ thường xuyên huyết áp của anh lên cao, khiến anh nhức đầu kinh khủng đến độ nhiều lúc anh chán nãn và vô vọng. Các bác sĩ giải phẫu tim mạch của bịnh viện Cook County-Chicago cho biết bịnh của anh cần phải được điều trị bằng phẫu thuật thay van. Nếu không chấp nhận điều trị, thì anh sẽ sớm phải gặp nhiều tai biến nguy hiểm đến tánh mạng. Còn anh chấp nhận điều trị, thì khả năng tử vong cao, nhưng nếu qua được thì anh có cuộc sống vui vẻ hạnh phúc trong một vài năm. Các bác sĩ họ đã giới thiệu anh vào trong nhóm 'Selfhelp Group' gồm những người bị bịnh như anh. Trong bọn họ có những người chờ mổ thay van, cũng có những người đã mổ thay van trong vòng hai năm trở lại, phần nhiều họ là cựu chiến binh của Vietnam War, không một ai sống quá ba năm sau khi mổ.

Vụt anh đứng dậy, hai tay anh đấm mạnh vào tường, anh tức tối: tôi phải chết trong oan nghiệt thế này sao? Tôi phải chết trong cô đơn như thế này sao? Tôi chết như một kẻ vô gia đình, vô tổ quốc? Tôi chết trong thân phận lưu đày. Chiến tranh đã hủy hoại đời tôi và định mệnh vây bủa vùi dập tôi. Tôi là một phi công, tôi đã từng là Pilot đưa các nhà ngoại giao, những vị nguyên thủ quốc gia, đi đến hơn 30 quốc gia trên thế giới. Tôi sống nhiều năm ở Pháp, Maroc, Alger, Marakech, Mỹ…Tôi biết cả trăm con đĩ và đàn bà của gần hơn cả trăm quốc tịch khác nhau. Tôi lái C130 rải thuốc dioxine khai hoang nữa…Và anh tự xỉ vả: như vậy đó, như vậy đó, tội ác của mày lớn lắm…

Là bác sĩ phẫu thuật, tôi thấu hiểu tất cả tai biến của phẫu thuật thay van động mạch chủ. Tôi đau đớn nghe những lời sám hối của anh. Thật sự anh không hề làm những gì để có thể gọi là tội ác cả. Tất cả tại chiến tranh. Chính chiến tranh mới là tội ác.

Sau đó mấy tháng, tôi đưa anh vào bịnh viên Cook County Hospital để chuẩn bị mổ cho anh. Vì là một counselor của anh, nên tôi phải 'cosign' theo lời yêu cầu của bịnh viện, bản cam kết đồng ý chấp nhận phẫu thuật cho anh. Khi tôi cúi xuống ký tên bên cạnh chữ ký của anh, tôi thật sự cảm động khi nghe anh nói những lời giã biệt. Sau khi đưa anh qua bên trong cánh cửa phòng mổ, tôi bưng mặt khóc rưng rưng. Thật sự tôi không hiểu tôi khóc cho ai? Tôi khóc cho anh? Tôi khóc cho tôi? Tôi khóc cho ai rất mơ hồ...Tôi khóc cho những nạn nhân của chiến tranh và của thời hậu chiến...

Chưa đầy sáu tháng, sau khi mổ, anh qua đời vì tai biến đột quị. Bây giờ tôi viết về anh. Tôi không hiểu tôi sẽ viết những gì đây? Thật khó, khó lắm phải không anh? Mặc dầu chúng ta đã có những giờ phút chia sẻ, gửi gấm, trút hết cho nhau mọi tấc lòng. Nhưng có một điều tôi chưa kịp chia sẻ với anh là cách đây tám tháng tôi được đọc một bài thơ của của nhà thơ Phùng Khắc Bắc, một cựu chiến binh thuộc phía bên kia chiến tuyến, anh ấy còn sống sót đến ngày 30/4/75, cũng là một nhà thơ trẻ đầy nhiệt huyết với hòa bình với tổ quốc. Sau 30/4/75 đơn vị anh giải thể. Anh về với gia đình chỉ còn mẹ đơn côi. Anh viết bài thơ:

NGÀY HÒA BÌNH ĐẦU TIÊN
Những sợi nắng xuyên qua nhà mình
Thành những mũi tên
Thành những viên đạn

Bắn tiếp và anh không gì che chắn
Phải nhận tất cả
Van anh
Hôm qua chưa nhận được một viên đạn
Hôm nay nhận được lỗ thủng
Anh về quê không mang súng
Vũ khí lúc này là hai bàn tay...
Mẹ giục ăn cơm con
Hòa bình trong canh cua, rau mồng tơi, cà
Và mùi ổ rơm./.

Đọc bài thơ chúng ta nghe thật đau như mũi tên xuyên tim mình. Sau bao nhiêu năm chiến đấu, thống nhất đất nước, người chiến binh trở về trong căn nhà nhỏ đổ nát và mẹ đón con trở về bằng bữa cơm đầu tiên trong hòa bình với *"canh cua, rau mồng tơi, cà...Và mùi ổ rơm"*.

Ấy thế mà nhà thơ Phùng Khắc Bắc, không còn nữa anh ạ. Anh ấy qua đời trước tuổi 40. Hình như anh ấy bị giết chết vì biến chứng của sốt rét ác tính mà anh mắc phải ở Trường Sơn trong thời kỳ đi 'B'. Chiến tranh vẫn theo đuổi anh ấy. Cũng như anh, nhà thơ Phùng Khắc Bắc đã chết vì tai biến của chiến tranh trong những ngày hòa bình ./.

TÌM LẠI THIÊN ĐƯỜNG

Tôi đi tìm màu xanh hòa bình trong suốt hơn bốn mươi lăm năm xuyên qua màu khói lửa của thời hậu chiến. Tôi gặp toàn ánh mắt buồn của các anh em nhìn nhau qua lô cốt của những pháo đài cũ của hai chiến tuyến. Những lời uất hận, ăn năn, tự thú, tự đáy lòng chưa kịp thốt lên. Những cảnh huống nghiệt ngã của chiến tranh còn đọng lại trong mắt từng người chiến binh, từng người mẹ, từng người vợ, từng người con, từng người góa phụ. Nỗi băn khoăn trăn trở vẫn còn nguyên đó. Nghĩa trang quốc gia Arlington, Virginia, lặng lẽ soi mình dưới dòng sông Potamac. Tôi đã đi qua những thổ ngơi, những nghĩa trang của Quân Đội Việt Nam Cộng Hòa ở Biên Hòa, tôi đã từng nghe tiếng khóc của mẹ tìm xác con, của vợ tìm xác chồng suốt dọc các nghĩa trang ở Trường Sơn. Những buồn tủi khôn nguôi của những chinh phụ hai bên bờ biển Thái Bình Dương, chờ người chinh phu không bao giờ trở lại trong những đêm chăn đơn gối lẻ...

Cuộc chiến Vietnam War đã giết chết: 59,000 thanh niên yêu nước Mỹ và gây ra 270,000 thương bịnh binh Mỹ. Hàng trăm ngàn Vietnam Veterans là nạn nhân của "hội chứng hậu chiến"-Post Traumatic Stress Disorders Syndromes- PTSD. Trong khi đó Việt Nam có hơn 4 triệu người (bằng 1/10 dân số Việt Nam vào thời đó) quân đội và thường dân bị giết chết; hơn 4 triệu thường dân, thương bịnh binh và có trên 10 triệu cô nhi quả phụ bị lãng quên sau cuộc chiến. Hơn 200,000 gái mãi dâm ngơ ngác thất lạc ngay chính trên quê hương mình. Với hơn 19 triệu gallon dioxine, thuốc độc khai hoang, một loại vũ khí chiến lược diệt chủng nguy hiểm nhất của Mỹ đã thả xuống suốt dọc vùng núi rừng Trường Sơn, đồng bằng sông Cửu Long và khắp ruộng vườn miền nam Việt Nam. Với chừng ấy số liệu của tội ác chiến tranh, tưởng chừng không ai có thể vượt thoát để quên đi cái quá khứ man rợ ấy của loài người.

Cho dù chiến tranh tàn phá đất nước khủng khiếp đến thế nào đi nữa, con người vẫn xây dựng lại được, sau khi chiến tranh kết thúc. Nhưng tuổi thanh xuân của những người đàn bà đã ra đi không bao giờ trở lại. Chiến tranh giết chết giấc mơ đẹp nhất, lớn nhất, của người đàn bà là được đầu ấp tay gối với chồng và sanh nở. Câu chuyện của những người đàn bà Việt, Mỹ, chờ những người chồng không bao giờ trở lại sau cuộc chiến, vẫn còn vọng mãi cho tới bao giờ? Và hy vọng cuối cùng vẫn là 'nhất điểm lương tri' còn sót lại trong con người: Chỉ có con người gây nên đau khổ cho nhau. Và cũng chỉ có con người biết tha thứ hòa giải với nhau để giảm bớt đau thương, quên đi thù hận, để chung sống hòa bình phát triển kinh tế, giao lưu văn hóa, hầu nâng lương tâm nhân loại ngày một cao quí hơn, biết thương yêu nhau hơn. Hy vọng chăng, những tai nạn như Vietnam War sẽ không còn xảy ra bất cứ nơi nào trên hành tinh của chúng ta đang sống.

Cùng trong chiều hướng ấy, *The William Joiner Center,* một tổ chức tư nhân chuyên về nghiên cứu chiến tranh và hậu quả xã hội, thuộc viện đại học Massachusetts, Boston, từ năm 1988, đã cố gắng kết hợp những nhà văn Mỹ và Việt Nam, phần nhiều họ là những cựu chiến binh của hai chiến tuyến trong chiến tranh Vietnam War. Hôm nay họ đứng chung một chiến hào cùng nhau tìm cách hòa giải, xây dựng hòa bình, giao lưu văn hóa, phát triển kinh tế phồn vinh, thịnh vượng trường cửu giữa hai dân tộc Việt Mỹ và thế giới. Với họ, chiến tranh luôn là niềm ăn năn của nhân loại.

Kết quả cuối cùng mà the William Joiner Center đat được, các nhà văn Việt cũng như Mỹ gồm cả các nhà văn Việt trẻ trong cộng đồng người Việt tỵ nạn, đều hâm hở tích cực hợp tác. Do đó họ đã khai sanh được tác phẩm *"The Other Side Of Heaven"* là một siêu Hợp Tuyển Văn Học chống chiến tranh, một ý chí lớn hóa giải đậm chất nhân văn giữa hai dân tộc Việt Mỹ trong thời hậu chiến, một sự kiện chưa từng thấy trong suốt dòng lịch sử chiến tranh giữa các quốc gia trên thế giới,,,/,

Chicago March 24-2022

BẢN TUYÊN NGÔN CỦA NGƯỜI LÍNH

Anh từng ghé lại Câu Lạc Bộ, anh nói chuyện với các anh em với tất cả hào khí của người lính. Anh khẳng định: sống là chiến đấu, đã là lính, thằng nào cũng chịu chơi, tích cực chiến đấu, chấp nhận thử thách, và dư biết thử thách không bao giờ thừa. Thằng nào không chịu chơi, thằng đó coi như bỏ đi, "Qui ne risque pas, n'a rien". Rồi anh cười vang lên cả cơ quan, vang lên trong Câu Lạc Bộ. Sau nhiều năm anh em không quên được tiếng cười hào sảng của anh, người lính khóa 5 trường Võ Bị Quốc Gia Đa Lạt.

Và bây giờ tại bịnh viện anh nằm im bất động, thở dưỡng khí mệt nhọc. Bờ vai anh rộng, da mặt anh tái xanh, anh nấc lên từng hồi, anh đang chiến đấu chống trả với thần chết. Anh có nghe tiếng khóc của Nga không anh? Người nữ chuyên viên tư vấn tâm thần và xã hội mà anh chị thường gọi là bé Nga. Bé Nga đang nắm lấy bàn tay anh, ve vuốt từng ngón tay khô cằn của anh. Danh cũng đang khóc. Anh còn nhớ Danh không anh? Dai úy Danh cũng là thành viên của Câu Lạc Bộ của chúng ta đó. Nga, Danh và tôi, đến thăm anh đây. Chúng tôi nhìn anh trong cơn hấp hối, nhớ lại Tổ quốc trong cơn thập tử nhất sanh vào ngày 30-4-75. Biết bao cố gắng chiến đấu trong tuyệt vọng để giữ lại Sàigòn. Tôi cúi xuống ôm bờ vai rộng lớn của anh, nhìn qua cửa sổ, ngoài trời Chicago lạnh dưới không độ, nắng vàng vẫn hờ hững soi mình trên tuyết trắng. Trông anh chống trả mệt nhọc quá. Chúng tôi thương anh vô hạn. Trong cuộc chiến đấu này một mình anh gánh chịu. Trông anh vật vã quá! Cô đơn quá! Chúng ta chiến đấu cô đơn quá phải không anh? nhất là sau tháng Giêng năm 1973...Tôi nhớ lại lời tuyên bố của anh tại buổi điều trị tập thể: *"Chúng ta mất miền Nam là vì chúng ta bị người bạn đồng minh phản bội"*, và anh em coi câu phát biểu đó của anh như *Bản Tuyên Ngôn Của Người Lính*

Thương anh vô hạn. Thành thật, anh em mong anh đi sớm. Trong mấy ngày qua, anh vẫn kiên trì chiến đấu, không đầu hàng...

Sáng nay ngày 6/2/02, Định đến thăm tôi tại văn phòng rất sớm lúc 8 giờ sáng. Định mang tặng tôi tập hồi ký của ông Trần Văn Khê. Định có hỏi thăm anh. Anh còn nhớ Định không anh? Định là người bạn tù của anh ở Khám Lớn Chí Hòa đấy. Anh ấy uống vội với tôi chén trà nóng rồi vôi vã đi làm.

Tôi mở tập hồi ký của ông Khê ra xem, chợt thấy thư của Định gửi cho tôi, viết về anh.

Bác sĩ Thể kính

Tôi cám ơn bác sĩ đã nhắc tôi đi thăm ông Già Đồng. Tôi cảm thấy ngậm ngùi cho thân phận chúng ta. Ông Già Đồng từ ngày qua Mỹ, đến lúc nằm liệt như hôm nay, ông Già đã đi cày ở Uptown/Chicago thật mệt nhọc. Mà không đi cày cũng không được. Nhu cầu cuộc sống đòi hỏi ông Già. Tôi đã đến thăm ông Già của chúng ta. Ông Già nằm bất động trên giường nệm với đầy đủ dụng cụ y khoa tối tân của chú Sam! Nếu so sánh vơi đất Tượng Quận của An Nam ta, thì ông Già Đồng còn thật sung sướng hơn người bạn tù của ông tại Khám Lớn Chí Hòa-Đai tá Trần Vĩnh. Đại Tá Vĩnh vào tù bị mù lòa trong những năm tháng gần đi về với ông bà. Đại tá Vĩnh nằm trần truồng ở một chỗ và nói theo kiểu 'đức tin' thì ông đã được mặc khải nói tiên tri tức là những ai muốn biết ngày thả tù thì đến bên chỗ nằm hôi hám của Đại Tá Trần Vĩnh xin ông bói cho một quẻ. Và Đại Tá Trần Vĩnh đã chết trong Khám Lớn Chí Hòa."

Nghe xong bức thư chắc anh không đồng ý với anh Định vì anh chủ trương không bao giờ tự an ủi mình bằng cách nhìn vào số phận của người khác.

Nhất là cái chết của đại tá Vĩnh, không phải cái chết của riêng ông ấy, đó là một bước ngoặt của lịch sử, của đất nước...

Tôi đến chào vĩnh biệt anh tại nhà quàn. Rất mừng các anh em trong Câu Lạc Bộ có mặt đông đủ hết. Có người đem cả vợ con đến vĩnh biệt anh.Tại đây tôi cũng gặp người bạn tù của anh trong Khám Lớn Chí Hòa-bác sĩ Đại Tá Nguyễn Minh-nguyên Cục Phó Cục Quân Y, nom ông ấy yếu hẳn đi có lẽ từ ngày ông ấy nghe tin anh nhập viện.

Tôi quì xuống bên cạnh quan tài anh cầu nguyện tôi nhìn thấy đấng Christ treo mình trên thánh giá bên cạnh anh. Tôi nhớ câu "Đấng Christ chết cho tội ác của chúng ta- "Christ Died for Our Sin". Không hiểu đấng Christ có chết cho tội ác của những người Cộng sản chuyên chính không anh nhỉ? Đấng Christ có chết cho tội ác của những người bạn đồng minh phản bội chúng ta không anh nhỉ?

Tôi đứng dậy từ giã anh ra về, tôi vẫn nghe lời cầu kinh của anh em sau lưng tôi, lời cầu nguyện của anh em mong anh sớm về Nước Chúa...

Anh sanh tại Hà Nội, tốt nghiệp trường Võ Bị Quốc Gia Đa Lạt-Khóa 5. Nước Mỹ đối với anh là đất trích. Thương tiếc anh vô hạn, người trai anh dũng của thời loạn- chí lớn chưa thành anh vội bỏ anh em ra đi. Tôi quên thế nào được giọng đọc thơ sang sảng của anh tại các buổi họp Câu Lạc Bộ:

"Từ độ mang gươm đi mở cõi
Trời Nam thương nhớ đất Thăng Long"

VĨNH BIỆT
ĐẠI TÁ BÁC SỸ NGUYỄN MINH

Tôi đến tiễn đưa anh vào buổi chiều hoen nắng. Trời Chicago đang độ vào Thu đượm màu vàng úa. Gió se lạnh. Giờ này anh đã an vị. Anh bình thản nằm trong quan tài sau bao nhiêu năm chiến đấu cho tự do, dân chủ. Anh đã đi qua thời khói lửa như một người lính chiến trong màu áo trận. Anh đã bắt đầu thời hòa bình hơn 12 năm trong lao tù cải tạo của Chuyên Chính Vô Sản: từ khám lớn Chí Hòa đến Hoàng Liên Sơn, Bắc Thái, Sơn La, Lý Bá Sơ, Nghệ Tĩnh…không có vùng đất gian khổ nào của quê hương, của tổ quốc thiếu dấu chân anh, không có thời điểm nào nguy biến cũng như vinh quang của tổ quốc, của Quân Đội Việt Nam Cộng Hòa, mà anh không cùng anh em chia sẻ.

Bây giờ anh nằm đó trong quan tài, xung quanh anh, vang lên lời cầu siêu của các tín hữu chùa Trúc Lâm. Ở trong nước anh là chiến sĩ chiến đấu cho tự do, dân chủ; ở hải ngoại anh là hội trưởng Hội Phật Giáo Trúc Lâm, tại Chicago…Anh đi từ Đời đến Đạo, trên khoảng đường dài 79 năm, anh có một hướng đi không bao giờ thay đổi: "Lương Y Như Từ Mẫu". Là thầy thuốc, cứu cánh luôn vẫn là cứu khổ con người. Trước mặt thầy thuốc, mọi người đều bình đẳng. Thầy thuốc không biết đến kẻ thù trong điều trị, trong cứu khổ. Thù hận không làm chủ tâm tướng và hành động của anh. Anh nằm đó, anh đang nhìn lại quá khứ, và hướng về tương lai trong cõi vĩnh hằng. Anh có cái nhìn quán chiếu, toàn diện, trước sau nhân quả.

Có 4 người lính bồng súng đứng bên cạnh quan tài của anh. Họ là những người lính Việt nam Cộng Hòa đến Mỹ theo diện HO: Võ Phụng, Thương sĩ Bộ binh- Nguyễn Ngọc, trung tá binh chủng Dù- Trần Thành, thiếu tá, tiểu đòan trưởng pháo binh, Phạn Ngọc, đại úy biệt phái, lực lương bình định xây dựng nông thôn. Anh còn nhớ 4 người này chớ anh? Họ đều là nạn nhân của "Hội Chứng Hậu Chiến", hội viên của "Câu Lạc Bộ 309.81". Năm 1999 có lần tôi mời anh đến hướng dẫn nhóm Điều Trị Tập Thể tại "Câu Lạc Bộ 309.81" Chicago. Trong buổi nói chuyện hôm ấy, Trung Tá Nguyễn Đồng, Khóa 5 Trường Võ Bị Quốc Gia Đalạt, người bạn tù của anh trong khám lớn Chí hòa, đã giới thiệu anh với anh em như là một chiến sĩ của hòa bình, của tự do, dân chủ. Anh đã chia sẻ cùng anh em những thống khổ trong khám lớn Chí Hòa, những nhục hình trong các trại cải tạo ngòai Bắc cũng như trong Nam. Đối với các anh sĩ quan HO, trong nhóm điều trị hôm ấy, lời anh đanh thép chống lại Chuyên Chính Vô Sản như một điều xác tín. Đã một lần gặp anh hôm ấy, không một ai có thể quên anh được. Nhớ ơn anh, hôm nay các anh em mặc nguyên quân phục, mang nguyên quân hàm và huy hiệu, thay phiên nhau đứng bồng súng, đưa tiễn anh đến nơi an nghỉ cuối cùng. Đoàn xe gần 100 chiếc, như con Rồng Việt Nam uốn mình lượn qua đường phố Chicago, đưa tiễn anh đến Nghĩa Trang dành cho người Việt tị nạn do hội Người Việt Tại Illinois tạo dựng nên. Nắng chiều trải thảm vàng trên khắp mộ chí. Hình ảnh chiếc khăn trắng chit trên đầu Chị guc xuống trên quan tài của anh làm đớn đau tất cả các anh em trong các binh chủng Việt Nam Cộng Hòa có mặt bên cạnh anh hôm ấy.

Bây giờ, tôi ngồi đọc lại một mẩu báo chia buồn với Chị, của một hội đoàn nào đó khi nghe tin anh qua đời, với những dòng ghi chú giản dị nhưng vô cùng xúc tích:

Đại Tá Bác Sĩ NGUYỄN MINH
Từ trần ngày 26/10/2004 tại Louis A Weiss Hospital/
Chicago. Hưởng Thọ 79 tuổi…
Và có những ghi chú về những cống hiến của anh trong
quá khứ :
2000 – 2004   Hội Trưởng hội Phật giáo chùa Trúc lâm
tại Chicago
1996 - 2004   Hội Trưởng hội cao niên Người Việt tại
Chicago
1970 –1975   Cục Phó Cục Quân Y Quân Đội Việt
Nam Cộng Hòa
1968 – 1970   Phụ Tá Quân Y Lục quân
1966 – 1967   Chỉ huy Trưởng Tổng Y Viện Cộng Hòa…

Những gì *cuối cùng và còn lại* của cuộc đời đơn giản như những dòng chữ ở trên sao anh? Hội đoàn nào đó đã quên đi một thời lao khổ của anh, một thời lao khổ của cả nước. Họ quên đi hơn 12 năm anh sống trong lao tù cải tạo. Có phải chăng đó cũng là phát tâm và ý nguyện của anh? Anh thường nói với các tín hữu tại chùa Trúc Lâm, sau khi ta chết mọi sự mọi việc vẫn tiếp tục biến chuyển không ngừng. Cái vĩ đại của con người là biết rằng chỉ có con người mới gây đau khổ cho con người và cũng chính con người biết nhận lỗi của mình và biết tha thứ cho nhau...Phải không anh?
Muôn vàn thương tiếc anh..../.

NHỚ VỀ MỘT VỊ THẦY

Có những người viết về nhà khoa học không gian và cũng là nhà văn, nhà thơ, giáo sư dạy toán Nguyễn Xuân Vinh, rất sâu sắc và thâm thúy mặc dầu họ chỉ biết nhà toán học Nguyễn Xuân Vinh qua các nghiên cứu sách vở, qua các trữ liệu về ông. Trong khi đó tôi chưa viết được một chữ nào về giáo sư Nguyễn Xuân Vinh khi nghe tin ông ấy qua đời hôm 23-7-2022- thọ 92 tuổi, mặc dầu tôi biết giáo sư Nguyễn Xuân Vinh vào năm 1955-56 đã là thầy dạy toán tại trường trung học của tôi, trường Võ Tánh Nha Trang khi đó ông còn là trung úy phi công. Năm 1958-59 tôi lại gặp ông tại trường trung học cấp 3, Chu Văn An -Saigon. Khi đó ông mang quân hàm Trung Tá, chuyên dạy toán lớp 12B. Ở cả hai trường, khi nào gặp ông, tôi kính cẩn dỡ nón chào ông và ông đáp lại với nụ cười hài hòa, mặc dầu chưa bao giờ tôi là người học trò trực tiếp của ông vì tôi chuyên học ban C và Triết.

Năm 1985 hay 86 gì đó, vô tình tôi được sắp xếp ngồi cạnh giáo sư Nguyễn Xuân Vinh tại một buổi họp được tổ chức trong một nhà hát, (Rạp Ciné). Buổi họp ấy do cộng đồng Việt Nam tại Chicago tổ chức với chủ đề "Về vấn đề giáo dục con em chúng ta trong môi trường đa văn hóa". Lúc ấy ông là giáo sư dạy toán của đai học Michigan. Tôi rất thán phục bản tánh bình dị của ông. Măc dầu ông ấy không biết tôi là ai và ông ấy cũng không tự giới thiệu ông là ai?. Tuy nhiên trong suốt buổi họp giáo sư Nguyễn Xuân Vinh và tôi cùng nhau trao đổi ý kiến một cách rất thân thiện và giáo sư coi tôi như là ngang hàng với ông.

Buổi họp chấm dứt, khi bắt tay nhau ra về, giáo sư Nguyễn Xuân Vinh biết tôi là bác sĩ *(vì tôi tự giới thiệu với ông)* và ông cũng biết tôi đã từng biết ông là thầy dạy toán tại trường Võ Tánh Nha Trang và trường Chu Văn An -Saigon, ông liền ngồi xuống, lấy ra từ cặp da một tâp hồ sơ đã cũ, giấy trắng đã ngã sang màu vàng, trong đó ông phác họa sơ đồ đường bay trong vũ trụ của phi thuyền không gian và góc độ khi phi thuyền cất cánh rời khỏi trái đất cũng như khi phi thuyền trở về trái đất đáp xuống trên phi đạo xuyên qua bầu khí quyển của trái đất. Ông giải thích cho tôi nghe những chi tiết rất là khoa học để bảo vệ cái vỏ của phi thuyền khỏi bị cháy vì cọ xác quá mạnh vào bầu khí quyển khi phi thuyền cất cánh bay ra xa trái đất cũng như lúc phi thuyền bay trở về trái đất và đáp xuống phi đạo sau khi chui qua bầu khí quyển của trái đất. Thú thật tôi có thưa với giáo sư Nguyễn Xuân Vinh là tôi rất thích thú nghe lời giải thích rất khoa học và dễ hiểu của ông về khoa học không gian và tôi rất trân quí cảm tình ông đã dành cho tôi.

Chúng tôi đứng dậy bắt tay nhau ra về, lúc đó cả ông và tôi đều giật mình vì phòng họp vắng hoe không còn một ai cả, ngoài hai chúng tôi. Chúng tôi vừa bước qua cửa của phòng họp thì đèn điện của phòng họp cũng vừa tắt ngay sau lưng chúng tôi. Khi nhớ về buổi găp gỡ kỳ lạ này tôi có cảm tưởng nhớ lai môt mẩu chuyện huyền thoại, thần tiên trong đời mình.

Vô cùng thương tiếc giáo sư Nguyễn Xuân Vinh-vị Thầy của chúng tôi không còn nữa. Giáo sư Nguyễn Xuân Vinh đã ra đi hôm 23-7-2022- thọ 92 tuổi. Và người đã để lại cho nhân loại những hiểu biết sâu sắc về khoa hoc không gian. Giáo sư Nguyễn Xuân Vinh là niềm tin yêu và hãnh diện không những cho dân tộc Việt Nam mà chung cho cá nhân loại./.

Aug 30-2022

NGÀY GIỖ ĐẦU CỦA ANH

Một người cháu cho tôi hay: "lúc 2 giờ sáng nay, thứ 7 ngày 7 tháng 8-2021, cậu Ba *(anh tôi)* thức dậy nhờ 'người nuôi bịnh tại gia' dìu đi tiểu. Xong, cậu Ba vô giường nằm. Sau đó lúc 5 giò sáng người làm vô giường xem thì thấy cậu Ba ngừng thở. Vậy cậu Ba ra đi khoảng từ 3 đến 5 giờ sáng. Chiều tối hôm thứ Bảy, xác cậu Ba được liệm. Và 3 giờ chiều mai, Chủ Nhật, ngày 8 tháng 8-2021 tức là ngày Mùng 1 tháng 7 âm lịch sẽ chôn Cậu Ba tại Nha Trang. Mộ Cậu Ba nằm sát bên mộ Mợ Ba."...

Mặc dầu anh tôi qua đời không liên quan gì đến dịch bịnh Covid-19. Anh thọ đến 92 tuổi, anh qua đời vì biến chứng của tuổi già, sức khỏe yếu, trí tuệ bị hao mòn. Theo lời người cháu:"Ở Việt Nam hôm nay Nhà Nước đang thực hiện giãn cách. Ở Ninh Thuận cũng như Khánh Hòa đang thực hiện chế độ giãn cách theo đúng chỉ thị 16 của chính phủ về phòng chống Covid-19, nên mọi người không được đi đâu hết. Chị Biếc, con gái lớn, của cậu mợ Ba ở Đà Nẵng, anh Đinh con trai út của Câu Mợ Ba đang ở Saigòn đều không thể về Nha Trang được, dù rất muốn về để tang. Gia đình cháu và các anh chị con Dì Tư ở Phan Rang cũng rất muốn ra Nha Trang viếng Câu Ba cũng không thể nào đi được. Việc mai táng câu Ba trong vòng 48 tiếng đồng hồ là theo yêu cầu của chỉ thị 16- của nhà nước phòng chống dịch bịnh Covid-19". Mọi phúng điếu đều bị từ chối vì chính quyền cũng đang phòng chống tham nhũng...

Cách đây hơn 10 năm, hai vợ chồng tôi về thăm anh tôi ở Nha Trang. Lúc ấy anh chừng vừa ngoài 80 trông anh yếu hẳn đi, tóc anh bạc phơ trông xác xơ. Xót cho anh, tôi nói:

- Sau gần mười năm bị vùi dập trong lao tù cải tạo, bây giờ sức khỏe anh yếu lắm rồi. Anh tôi liền cười và cướp lời tôi:

- Đi tù cải tạo là tai trời ách nước. Người miền Nam, bên này vĩ tuyến 17 mà không đi tù cải tạo sau ngày 30-4-75 kẻ đó không phải là người miền Nam. Không phải bị ngược đãi hay bị vùi dập gì đâu, người anh gầy tóc anh bạc vì anh giống má từ hồi còn trẻ. Nói xong anh cười phá lên hình như để khóa lấp nỗi lòng trắc ẩn của anh suốt gần 10 năm trong lao tù cải tạo.

Những lúc đó anh em tôi nói chuyện với nhau rất nhiều nhưng anh tôi tuyệt nhiên không nhắc nhỡ gì đến những năm anh sống trong lao tù cải tạo. Chị dâu tôi, vợ của anh, có vẻ ấm ức, muốn anh tôi nói rõ cho hai vợ chồng tôi nghe những chịu đựng gian khổ của anh trong lao tù cải tạo. Anh tôi nhìn chi dâu tôi, anh mỉm cười:

- Không ai có thể chia sẻ trọn vẹn sự chịu đựng đau đớn của người khác được. Và cũng không ai có thể nói hết được sự đau đớn của riêng mình. Họa chăng chỉ có thuyền mới hiểu được biển, chỉ có biển mới hiểu được thuyền, nhưng thuyền và biển đều câm nín cả...Đạo khả đạo phi thường đạo. Nói xong, một lần nữa anh tôi lại cười phá lên.

Đến buổi ăn trưa tôi có cảm tưởng anh chị tôi thiết đãi vợ chồng tôi, vì bữa ăn tại gia đình nhưng thịnh soạn. Chị dâu tôi nấu cơm gà Phan Rang thơm lừng, có mắm gừng, có bia Heineken. Hình như đọc được ý nghĩ của tôi, anh tôi bảo:

- Dù sao, có chú thím về anh chị cũng phải...Nhưng thật sự bữa ăn của vợ chồng tôi được cải thiện rất nhiều trong mấy năm qua, kể từ ngày các con vượt biên qua được Mỹ, ăn nên làm ra, tụi nó gửi tiền về... Đoạn, anh nhìn vợ tôi anh hỏi:

- Sau hơn 20 năm ở Mỹ, hôm nay lần đầu tiên thím ăn cơm trưa, chắc thím có cảm giác lạ lắm phải không? Thú thật với thím tôi cũng vậy, hồi năm 62 trở về nhà sau hơn một năm ở Mỹ, tôi ngạc nhiên hết sức khi thấy mình ngồi lại ăn cơm trưa với vợ con với gia đình chẳng khác nào người Mỹ ăn dinner vậy.

Câu chuyện anh tôi vừa nói làm tôi nhớ lại anh là một sỹ quan của không lực của quân đội VNCH, đã có hai lần sống ở Mỹ: 1961 và 1970. Ấy thế mà năm 1975 anh nhất định không đi. Anh yêu nước biết là dường nào!

Chị dâu tôi bảo:

- Cầm đũa, mời hai em ăn đi ông, quá 12 giờ trưa rồi.

- À mời chú thím. Mời bà...Anh tôi bảo

Vì thương anh tôi, chi dâu tôi muốn vợ chồng tôi, nhất là tôi (*được anh chị tôi nuôi tôi từ hồi nhỏ cho đến ngày tôi ra trường làm bác sĩ*) phải chia sẻ những gian khổ của anh trong hơn 20 năm sống dưới chế độ quản lý hà khắc của Chuyên Chính Vô Sản, chi dâu tôi nói trong giọng ngậm ngùi và cả nước mắt nữa:

- Khi ông ấy được lệnh tha, về với gia đình. Ở trong trại tù ông ăn đói, ốm nhom, gió xô cũng ngã. Bữa cơm đầu tiên mẹ con tôi nấu cơm gà cho ông ấy. Tay ông cầm đũa gắp miếng thịt gà mà cứ run run, ông đưa vào miệng ngậm, một hồi lâu mà nước mắt ông ràng rụa, ông ậm ực: *"gần mười năm!"*...

Anh tôi đưa tay vuốt lưng chị dâu tôi vỗ về:

- Thôi bà, đó là quá khứ. Quá khứ của nhầm lẫn...Chú thím cũng như nhà tôi, nên quên cái thời đó để mà vui sống. Bây giờ là thời mở cửa, thời cởi trói, đổi mới. Thời nào chúng ta sống theo thời đó cho nó ổn. Đâu chỉ có những người tù cải tạo như chúng tôi mới sống đói khát thiếu thốn. Việt Minh họ cũng vậy. Tháng 10-1955 bộ đội Việt Minh về tiếp thu Hà Nội, trong một bữa tiệc khoản đãi, cụ Phan Khôi cầm đũa chỉ vào miếng thịt gà nói một câu cay đắng; "Chín năm nay tau mới thất mặt mày"..

 Chị dâu tôi xem chừng vẫn còn ấm ức, chi nói:

- Ngày 24-3-1975 cả gia đình vợ chồng con cái đã lên ngồi trên chiếc DC-10 trong căn cứ Phi Long, Nhatrang, sắp sữa cất cánh. Ông nhất định kéo xuống hết và ông bảo với các con ở lại với đất nước, Viêt Nam dù sao đi nữa vẫn là quê hương, vẫn là thiên đàng...Sau ngày 30-4-75 ông khăn gói trình diện đi tù cải tạo. Ông còn nhớ không ông? Sau câu nói ấy mặt chị tôi sa sầm nước mất. Anh tôi nhìn chị tôi yên lặng không nói được một lời. Lặng thinh một hồi anh tôi bảo:

- Có hai em về thăm...sau hơn 20 năm xa cách. Còn chuyên đó cũng đã gần 30 năm rồi. Tôi xin bà hiểu cho ai cũng có một lần vấp ngã...

Tôi nhớ hôm đó là ngày 21 tháng Chạp, vợ chồng tôi quyết đinh ở lại với anh chị những ngày cuối năm. Anh em tôi mang mùng mền ngủ với nhau trong một phòng riêng. Những câu chuyện trao đổi lúc tàn canh, những bạn bè của anh từ chối diện H.O. không đi Mỹ, ở lại với quê hương, họ chết dần, chết mòn trong cảnh cơ hàn, bịnh tật. Anh tôi nói "Anh cảm thấy cô đơn...may mà còn có chị của Chú bên cạnh anh khuya sớm. Ngày mà anh nhớ nhất trong đời là ngày được chị của chú thăm nuôi trong lao tù cải tạo..."

Từ ngày chi dâu tôi qua đời cách đây ba năm, tinh thần anh tôi suy sụp thấy rõ. Các con của anh ở Mỹ muốn đưa anh sang Mỹ anh vẫn từ chối. Anh quyết tâm ở lại với chị đến hơi thở cuối cùng. Và anh tôi đã được toại nguyện được mai táng bên cạnh mộ phần của chi dâu tôi./.

THƯƠNG NHỚ
LỀ ĐƯỜNG SÀIGÒN

Về thăm nhà, có người thấy lề đường Sàigòn ngày nay bị kinh tế thị trường tăng tốc xâm lấn quá nhiều, trở nên xô bồ, nên xui lòng nhớ lề đường Sàigòn xưa...

Lề đường Sàigòn xưa có hàng me, có sông Sàigòn có bến Bạch Đằng, có những lề đường bán sách sol, có nhà sách Khai Trí, một kho chứa sách, món ăn tinh thần của đám học trò, sinh viên và những người dân Sàigòn.

Lề đường Sàigòn còn có những quán kem, quán café, quán cốc, quán ăn vỉa hè, lúc nào cũng bu quanh bởi đám học trò, sinh viên, giới trí thức, các thầy các cô, giới lao động, giới taxi, giới xích lô, ba gát, bang bù và cả lính tráng. Họ xuýt xoa thưởng thức những đĩa cơm sườn, tô hủ tiếu, tô phở, bún riêu, bún ốc, bún bò, những đĩa ragu bánh mì, càri bánh mì, thơm phức...Những chén kem nhiều màu. Những ly café đá. Những ly chè đậu xanh, đậu đỏ, sâm bổ lưỡng...vun đầy đá nhận đá bào. Những quán cốc này ẩn mình sau khu Tổng Ngân Khố, đầy dẫy trên bến Bạch Đằng, lề đường Lê Lợi hay nép mình bên cạnh những kiosques bán sách báo trên lề đường Nguyễn Huệ. Sàigòn mà không có ba món này, không có mấy hình ảnh này thì không còn là Sàigòn nữa. Có một thời các quán cốc này tranh nhau phát triển với chợ trời trên các lề đường Sàigon như trăm hoa đua nở. Có những quán cốc thầm kín hơn, quần tụ nhau trong những hẽm, bùng binh trên đường Tự Do, nơi tụ hợp những sinh viên Văn Khoa, Luật Khoa nhất là các cô Hà Nội xưa, họ đến đến đây để tìm lại hương vị các món ăn thuần túy của đất Bắc Hà...Các cô cậu ăn những chiếc bánh dày, những tô bún rêu, bún ốc ...Thấy các cô Hà Nội ăn với tất cả nét thanh lịch Tràng An mà thèm...

Những sinh hoạt bình dị này nhiều khi lấn át cả những nhà hàng, những restaurants: Continental, Caravel, Pacific, Pagoda, Imperial, Givral...vì những thực khách của quán ăn sang trọng theo kiểu Tây này cũng là giới hâm mộ thường trực các quán cốc trên vĩa hè Sàigòn. Ngoài giới trí thức nhà giàu người Việt, còn có các ông Tây bà Đầm, những người ngoại quốc, Chà Và, Tàu, Campuchia...họ đến ăn ở đây, không phải chỉ vì nơi này họ mới có thể thưởng thức những món ăn thuần túy Việt Nam, thuần túy Á Đông, mà chính nơi đây họ còn khám phá được nét đặc thù của Saigon, của Người Sàigòn, như một vùng giao lưu văn hóa ẩm thực.

Lề đường Sàigòn còn có những gánh hàng rong. Thương nhớ làm sao những tiếng rao hàng lúc nửa đêm bằng tiếng Việt, hay pha lẫn tiếng Tàu trên lề đường của khu Bàn Cờ, Vườn Chuối, Nguyễn Thiện Thuật, Phan đinh Phùng, Chùa Kỳ Viên: "Bánh Ú hột vịt lộn hôn?", "bánh bò, giò cháo quẩy bánh tiêu hể?"...mới nghe thì không hiểu món gì, khi mua rồi ăn, cũng không thấy gì là tuyệt vời lắm, nhưng hương vị nghe thật là gần gũi thân thương. Người ăn và món ăn gặp nhau như một sự kết nghĩa. Có người xa xứ lâu năm, khi trở lại Sàigòn gặp lại những món ăn này mà hồn nhớ về những người bạn cũ của tuổi học trò, ở sau chùa Kỳ Viên, trên đường Nguyễn Thiện Thuật, trong Khu Bàn Cờ, với những Kim Cúc, Bich Hằng, Quỳnh Liên (*)...những mối tình đầu của quá khứ xa xưa. Thế mới hay, những lề đường Sàigòn không kiêu sa, không hương săc màu mè, nhưng đậm đà tình nghĩa.

Xa Sàigòn, không mấy ai xa được hình ảnh của những Ngã Ba, Ngã Tư, Ngã Năm, Ngã Sáu, Ngã Bảy.... Ai làm sao quên được cái lề đường Ngã Tư Quốc Tế, Cái lề đường ấy quốc tế thật. Quốc tế quá cỡ. Cứ vào lúc gần giờ giới nghiêm, các vũ trường Lido, Baccaret, Côte D'Ivoire ...gần đó đóng cửa, các cô cava thoát ra choán gần hết chỗ lề đường Ngã Tư Quốc Tế. Mặt còn bự son phấn, các cô hai tay bưng vội tô cháo lòng, tô bún ốc, nóng, thơm và cay mùi tiêu, húp vội vàng vào lòng để thỏa mãn cơn đói. Thế mới biết với các cô, "nhảy" chỉ là một nghiệp dĩ lao động độ nhật nuôi thân.

Sàigòn có nhiều ngã. Đường Sàigòn có nhiều lề. Người Sàigòn đi trên nhiều lề đường. Sàigòn có nhiều ngả đi cũng như ngả đến. Người Sàigòn chưa từng bị bắt buộc đi trên một lề đường nào nhất định, Người Sàigòn phóng túng đi trên đường Tự Do, Công Lý, Độc Lập, Thống Nhất...Đường Sàigòn xưa đã từng mang những tên nói lên niềm ước mơ của cả nước trong thời hiện tại...

Lề đường Sàigòn chịu đựng hai mùa mưa nắng. Sàigòn có những cơn mưa rào chợt đến chợt đi. Khi đến thi rạo rực như thác ngàn, như tình yêu của người em gái Sàigòn, khi đi thì lặng lẽ như mơ, để lại những lề đường ướt át, một chút ủ dột trong lòng người xa xứ. Lề đường Sàigòn cũng rất thơ. "*Mưa Sàigòn-Mưa Hà Nội*" nghe như niềm thổn thức của Phạm Đình Chương, đứng dưới mưa trên lề đường giữa Sàigòn mà hồn nhớ về năm cửa Ô Hà Nội. Thế mới hay các nhà thơ, các văn nghệ sĩ đã nhìn thấy Hà Nội giữa Thủ đô Sàigòn thuở ấy. Nói đến lề đường Sàigòn mà không nói đến các cụ Vương Hồng Sển, Sơn Nam, Nguyễn Hiến Lê, thì coi như trớt quớt. Những ông già này đã hóa ra người thiên cổ. Nhiều người Sàigòn không tin rằng mấy ông ấy đã chết, các ông còn đâu đó ngày ngày đi lại với họ trên lề đường Sàigòn bán sách sol. Nói đến lề đường Sàigòn thì phải nói đến cụ Phạm Duy. Mỗi khi nhắc tới Phạm Duy thì phải nhắc tới lề đường Sàigòn. Cụ Phạm nghe phải, chắc cụ rầy rà: *"bỏ đi Tám"*, "tau" mà thuộc loại lề đường hả? Xin lỗi cụ Phạm, ắt hẳn cụ là người của lề đường Sàigòn rồi!. Mời cụ nghe lại chính cụ: "*Nghèo mà mình không ham. Xin cô em đừng nên quá đáng. Nghèo mà mình không ham. Xin anh Hai đừng nên làng chàng...*" Sau khi xa xứ hơn bốn mươi năm, có đứa hơn 45 năm, đã hai thứ tóc trên đầu, tụi này thỉnh thoáng vẫn nghêu ngao bài hát này của cụ, thấy mắt mình cay xè, không hiểu tụi này nhớ cụ hay nhớ lề đường Sàigòn. Có lẽ là nhớ cả hai ấy Cụ!

Nhà thơ Nguyên Sa-Trần Bích Lan-cũng từng đi dưới nắng Sàigòn mà cảm hứng *"Nắng Sàigòn anh đi mà chợt mát/ Bởi vì em mặc áo lụa Hà Đông"* Lụa Hà Đông-một đặc sản của quê hương của nhà thơ, lại hiện về cùng "em" trong nắng của Sàigòn. Nguyên Sa yêu tha thiết một Sàigòn tự do. Từ lề đường Saigon nhà thơ đã gào thét *" Sàigòn hãy mở cửa cho thơ ta vào..."*. Điều này làm nhớ lại hình ảnh của Trần Dần một chiều chống gậy ra đứng sau khu phố Nguyễn Du, mấy sơi râu run run như sợ hãi, như giận dữ. Thốt nhiên nhà thơ Trần Dần vừa ôm ngực vừa ho vừa la to *"Tôi muốn nuốt cả Hà Nội vào trong lòng tôi"* Sau đó, đến năm 1997 Trần Dần bỏ Hà Nội theo Phan Khôi về trời. Cũng như Trân Dần, nhà thơ Nguyên Sa đã mất Sàigòn trong môt ngày lich sử sang trang mà cụ Vương Hồng Sển gọi nhầm ngày 31-tháng Tư.....

Lề đường Sàigòn có những hình ảnh đẹp khó quên, có bác xich lô ngủ trưa ngay trên chiếc xe xich lô của mình, dưới bóng mát cây me trên lề đường Sàigòn, sau khi lai rai uống một chai la de Trái Thơm-La Rue và loang thoáng nghe những bản nhạc tình cảm của nhac sỹ Phạm Duy, "Mùa Thu Chết" hay "Gái Lội Qua Khe"... từ một quán Cốc hay quán Café gần đâu đó. Có người khách nhìn bác xích lô đang ngủ, họ lắc đầu, không dám đánh thức bác xich lô, mặc dầu họ cần bác...Đó là tinh thần của lề đường Sàigòn xưa. Cuộc sống trên lề đường Sàigòn siêu thoát, phàm tục, trắng đen, xanh đỏ, chan hòa màu sắc và cảm xúc tạo thành một bức tranh lề đường Sàigòn ngộ nghĩnh không giống ai hết và cũng không chịu cho ai giống mình.

Sàigòn trước năm 1975, Sàigòn của thời chiến tranh, có biết bao biến động lịch sử xảy ra trên vùng đất quê hương này. Ấy thế mà mỗi khi chúng ta nhớ lại những kỷ niệm ở Sàigòn chúng ta cứ như nhớ những kỷ niêm trên một vùng đất nước thanh bình, thời vàng son của một đời người trong một xã hội ổn định. Bây giờ mỗi khi nhớ về Sàigòn, con sông Sàigòn hiện về như giải khăn sô vắt ngang vầng trán, đêm đêm chảy vào lòng người Sàigòn xa xứ../.

(*) Tên những nhân vật hoàn toàn hư cấu-nếu có sự trùng hợp xin đừng ngộ nhận-

MỐI TÌNH ĐẦU CỦA DOÃN

" Em gầy như liễu trong thơ cổ
Anh bỏ trường thi lúc thịnh Đường"
(Nguyên Sa)

Mỗi lần nhớ lại NhaTrang, tôi nhớ con đường Alexandre De Rhodes đượm mùi hoa sứ, có bóng mát và tiếng sóng rì rào của biển, con đường đưa tôi đến trường Kim Yến hàng ngày. Mỗi lần nhớ lại NhaTrang, tôi nhớ Doãn, người bạn cùng lớp, một gã thư sinh đam mê văn chương, triết học và âm nhạc. Doãn rất đam mê đàn dương cầm và một chút tham lam tình yêu...

Mỗi lần nhớ lai NhaTrang, tôi nhớ Phương Dung, người con gái đẹp thôn Phú Vinh ngoại ô phía Tây thành phố NhaTrang, người nữ sinh trường Kim Yến có dáng đi e-ấp, mái tóc thề thả lơi lã trên hai bờ vai, có đôi mắt đen lánh đẹp và buồn. Phương Dung vừa khiêm tốn vừa sang trọng, quí phái nhưng không hờ hững với thế giới chung quanh mình. Phương Dung đã làm điêu đứng biết bao chàng trai của thành phố biển này trong đó có Doãn. Năm 1957, Doãn yêu Phương Dung tha thiết và chỉ mong một lần cầm được tay nàng, nhưng vẫn bị Phương Dung từ chối. Doãn biến thành gã si tình. Sau này mỗi khi nhớ lại Phương Dung, Doãn ôm lấy cây đàn dương cầm và thả hồn minh trong những tình khúc cổ điển Tây phương *Romance* của Robert Schuman, *Eva Maria* của Franz Schubert. Doãn thường ngợi ca nhan sắc của Phương Dung qua hai câu thơ của nhà thơ Nguyên Sa: *"Em gầy như liễu trong thơ cổ/ Anh bỏ trường thi lúc thịnh Đường"*

Những năm năm mươi của thế kỷ trước, biển NhaTrang, phố Độc Lâp, trường Kim Yến, trường Võ Tánh, trường bán công Lê Quí Đôn, là những khung trời kỷ niệm đẹp như một bài thơ. .

Năm 1960, Doãn loan báo cho tôi hay là Phương Dung vừa đi lấy chồng. Doãn gọi cho chúng tôi trong giọng thản thốt và buồn. Thế mới biết trong suốt những năm qua, Doãn vẫn thầm nuôi mộng với Phương Dung.

Bây giờ là đầu tháng 5 năm 2019, mùa xuân đang nở rộ ở California. Doãn đã là một ông già tuổi vừa ngoài 83. Doãn đã nhiều lần bị stroke, hiện phải ngồi xe lăn. Tuy nhiên tâm hồn Doãn vẫn còn nhạy cảm với vẽ đẹp nét buồn khi nắng sớm, lúc mưa chiều. Tiếng đàn dương cầm của Doãn trĩu nặng màu thời gian, hòa lẫn với tiếng lòng nhớ quê hương của kẻ lưu vong luôn vang vọng niềm mơ ước *"Trở Về Mái Nhà Xưa -Come Back to Sorrento..."*.

Vào buổi tối hôm ấy, tựa mình vào cây đàn Piano, Doãn đề cập đến tập truyện *"Tơ Vương Đến Thác"* của Doãn xuất bản năm 2014. Doãn cho tôi hay đó là tiếc nuối cuối đời của Doãn về nghiệp văn chương. Tháng chạp Năm 2014 Doãn tổ chức buổi ra mắt tập truyện *"Tơ Vương Đến Thác"* tai một thư viện công lập thuộc vùng San Diego. Trong các quan khách đến tham dự buổi ra mắt sách hôm ấy có một ngươi đàn bà đã lớn tuổi, mặc Jupe Soirée màu tơ vàng óng ả, có đôi mắt đen lánh đẹp và buồn. Doãn cảm thấy thấy gương mặt ấy, đôi mắt ấy rất là thân thương quen thuộc từ một thuở xa xâm nào đó của đời mình.

Phá bỏ mọi nghi cách, người đàn bà ấy, tiến đến Doãn với tập truyện " Tơ Vương Đến Thác" và nói: *"Phương Dung xin được đặc ân có được chữ ký để tặng của tác giả"*. Từ chiếc xe lăn, Doãn cố gắng đứng dậy hai tay nắm chặt và gục đầu trên bàn tay của Phương Dung...Doãn thều thào: *" Phải chi 50 năm về trước chúng ta nắm chặt được tay nhau như hôm nay thì cuộc sống của chúng ta đã hoàn toàn đổi thay"*. Khi Doãn cúi đầu viết đề tặng Phương Dung tập truyện, lúc ấy Phương Dung thì thầm: *"ngày xưa tôi cũng mến anh vì tính tình còn việc sau này minh có gặp lại nhau hay không điều đó không ai biết được, vì mỗi người có một hòan cảnh và số phận riêng, nhất là trong thời đại chiến tranh- Vậy mình coi như mất nhau trong màu khói lửa "*. Khi từ giã Doãn, mắt Phương Dung tràn ngập lệ...

Đến đây, đêm đã khuya, tôi đứng dậy từ giã Doãn. Doãn vẫn ngồi đó bên cạnh cây đàn Piano. Đôi mắt Doãn hầu như ngấn lệ. Doãn nhìn tôi, hai bàn tay Doãn trái dài lướt trên những phiếm đàn, Doãn vẫn một mình thều thào những lời tình tự *Come Back to Sorrento* của E. Curtis

Mở cửa xe ngồi vào ôm tay lái, tôi nghe văng vẳng tiếng hát già nua của Doãn trong đêm thâu với bản nhạc *Romance Số 2*, của Phú Quang- Thơ của Lâm Thị Mỹ Dạ:

> *"...Em chết trong nỗi buồn*
> *Chết như từng giọt sương, rơi không thành tiếng.....*
> *...Trong xứ sở của anh hiếm hoi niềm vui*
> *Nỗi cô đơn khao khát đến nặng lòng*
> *...Đi bên anh, em còn lạc lối về*
> *Có đôi khi muốn ngã như chiếc bóng*
> *Ta lẫn vào đêm không ai nhận ra mình*
> *Em chết trong nỗi buồn*

Em chết trong nỗi buồn
Em chết trong nỗi buồn.../.

Ghi Chú

(*) *Đây là chuyện hoàn toàn hư cấu. Nếu vô tình có sự trùng lập tên họ với các nhân vật xin quí vị miễn thứ- Vô cùng tri ân- Đào Như.*

NHA TRANG -
NHỮNG KHI NÀO NHỚ LẠI

Mỗi lần nhớ lại Nha Trang, tôi nhớ bài thơ của Hồ Ngạc Ngữ: *"KÝ ỨC NHA TRANG"*

"Những khi nào nhớ lại
Nha Trang vẫn đẹp dịu dàng như một bài thơ tình
Những con đường đẫm hương sứ trắng
Sóng bạc đầu của Thức như tiếng đàn guitar của anh
Biển của Hiền êm đềm trăng xanh
Tiếng piano nhả những cơn sóng nhỏ Sonata 14...
Trong cái nhìn mơ màng của Sa
Đôi kính của Jean Paul Sartre cũng bị mờ đi trong khói
sóng...
Những khi nào nhớ lại
Tôi sẽ nhớ nhiều đến những người bạn ở Nha Trang...
Và tôi sẽ nhớ em như nhớ biển
Dịu dàng nồng nàn như hương tóc rối.."(*)

Nha Trang có nhà thơ Hồ Ngạc Ngữ, có nhạc sỹ Minh Kỳ, có biển xanh, bãi cát trắng, có nắng ấm đủ hâm nóng ký ức mỗi khi ta xa và nhớ về Nha Trang. Nha Trang có những hải đảo, có đảo Hòn Yến án ngữ từ ngoài khơi vịnh Nha Trang. Mỗi khi chiều vàng đến, những du khách chiêm ngưỡng những đỉnh núi trong vịnh Nha Trang được thấp sáng bằng nắng quái chiều hôm. Có cậu học trò của trường Võ Tánh Nha Trang, Nguyễn Đức Sơn, đã từng ngủ qua những đêm trăng ở đây. Với một tâm hồn thi nhân lãng man, khi ra về anh còn ghi lại niềm tiếc thương cho kiếp sống vô thường của con người trước sự vĩnh hằng của thiên nhiên bằng hai câu thơ lục bát:

"Mai sau này chỗ tôi nằm-
Sao rơi lạnh lẽo, âm thầm biển ru..."

Nha Trang ngày nay tự hào là thành phố của du lịch. Nhưng chính người Nha Trang đã phải ngỡ ngàng khi thấy các nhà đầu tư du lịch không biết bảo tồn cái vốn quí của phong cảnh hữu tình của thành phố. Cái sa mạc đầy tham lam trong tâm hồn của cá nhà đầu tư đã không thương tiếc tàn phá thiên nhiên Nha Trang khi họ nhân danh phát triển. Con đường Duy Tân dọc theo bờ biển Nha Trang, đẹp như bài thơ không còn nữa. Có ai biết thương tiếc khi tên con đường này đổi thành đường Trần Phú, tràn ngập những Restaurants, những Hotels thời thượng cao ngất 30-40 tầng lầu, đan xen với những trung tâm- VIP-LUXURIOUS FOOT MASSAGE- những chỉ dẫn cho thấy kiếp sống lầm than của thời chiến tranh vẫn lén lút tồn tại đâu đó. Khuông mặt trữ tình của đường phố Nha Trang đã không còn nữa. Chỉ còn những quán ăn, những quán Cà phê vỉa hè, vụ lợi, mưu sinh...

Dưới lớp trầm tích của lịch sử, ngày nay người Nha Trang vẫn còn niềm kiêu hãnh về cổ thành Diên Khánh, một kiến trúc quân sự kiên cường tuy cổ kính đã đứng vững trước thời gian qua gần 225 năm lịch sử. Thành được chúa Nguyễn xây dựng năm Quí Sửu-1793- nhằm để phòng thủ án ngữ và bảo vệ vùng đất Nam Trung Bộ. Thành Diên Khánh cách thị xã Nha Trang chừng 10 cây số, bây giờ còn lại cửa Đông và cửa Tây. Trên cửa thành đều có lầu. Sau 225 năm một phần thành vẫn còn nguyên vẹn mặc dầu trong quá khứ, tướng của Tây Sơn, Trần Quang Diệu, nhiều lúc đánh phá thành này nhưng đều thất bại. Ngày nay người dân Diên Khánh vẫn còn những đêm nghe tiếng vó ngựa của quân chúa Nguyễn và tiếng chân rầm rập của đàn voi của tướng Tây Sơn, Trần Quang Diệu.

Cách cửa Tây thành Diên Khánh chừng vài trăm mét có Nhà Thờ Hà Dừa rất đẹp, một trong những nhà thờ cổ kính còn sót lại sau chiến tranh. Nội thất của Nhà Thờ Hà Dừa theo lối kiến trúc Việt. Ghế ngồi của các Thầy Giảng là ghế bành chạm khắc hoa văn theo lối xưa của Việt Nam. Những trụ cột cao vút của Nhà Thờ bằng gỗ lim đánh bóng màu huyết dụ, tuyệt đẹp, chứng tích của một thời giao lưu văn hóa Việt Pháp.

Tôi trở lại Nha Trang vào năm 2012, sau hơn 40 năm tha hương, tôi không thể tìm lại con đường đất đã từng dẫn tôi đến ngọn đồi có chùa Hải Đức. Còn đâu bệ đá sau chùa mà tôi từng ngồi vào giờ cầu-kinh-chiều. Từ bệ đá ấy, tôi nhìn con sông chảy sau Chùa, với những bè rau muống trải dài đến chân cầu Hà Ra - Xóm Bóng, quê hương của " Kẻ Thừa Tự Ông Nam Hải-Le Fils De la Baleine- tác phẩm thời danh của nhà văn Nha Trang- Cung Giũ Nguyên- năm 1956, viết bằng tiếng Pháp, được dịch ra nhiều thứ tiếng trên thế giới, được nhân loại ngưỡng mộ, đề cao, vào những năm 50-60 của thế kỷ trước.

Không biết trong đám du khách đến Nha Trang hôm nay, có ai biết được và chứng kiến những sự kiện lịch sử vừa kể ở trên để làm giàu kho tàng lịch sử thế giới của họ trong những chuyến du lịch xuyên Việt Nam?../.

Ghi Chú

(*) *Ký Ức Nha Trang-của Hồ Ngạc Ngữ, Phổ biến trên báo VĂN số 25 ngày 12-3-1993*

NGÀY CỦA MẸ

Tôi đến thăm nghĩa trang vào lúc trời đã ngả về chiều. Nghĩa trang của dòng tộc tôi nằm sát chân núi Cà Đú, một rặng núi cuối cùng của dãy Trường Sơn, nằm về phía Bắc thị xã PhanRang chừng 10 cây số. Cách đó không xa hai đỉnh núi Đá Xanh, Đá Mài thuộc dãy Trường Sơn vẫn còn sáng chưa kịp ngả sang màu tím sậm. Gần kề bên con lộ một Nghĩa Trang Liệt Sĩ, *'mộ bia đều như nấm'* như trang sử mở âm thầm khuấy động những nỗi bâng khuâng.

Tôi thắp nén nhang và đặt trên phần mộ Mẹ tôi một bó hoa hồng. Mẹ tôi nằm ở đây đã hơn 20 năm, dưới bóng của núi Cà Đú và bà mãi mãi ở tuổi 93. Nghĩa trang chiều hôm nay trông bao la yên ắng, chỉ nghe tiếng lá rừng xao xác, tiếng rì rào mơ hồ vọng về từ cõi hư vô. Khói nén nhang lan tỏa vây quanh bia mộ, hoa hồng thơm tím chiều hoang vắng. Trong khoảng không gian tĩnh lặng ấy, tôi chợt nghe mấy hồi chuông vẳng từ *"Thiền Viện Trúc Lâm Viên Ngộ"* ở bến đò Tri Thủy. Hình như đã đến giờ cầu kinh chiều. Lòng tôi chùng xuống nhớ thương Mẹ vô hạn khi đứng trước cảnh rừng chiều hoang sơ. Tôi bưng mặt khóc, như chưa bao giờ được khóc. Tôi khóc rống lên với tất cả nỗi niềm nhớ nhung triều mến và lòng biết ơn Mẹ chất chứa trong tôi, chưa kịp thưa với Mẹ trước khi bà qua đời. Con xin cảm ơn Mẹ những đêm và những tháng ngày Mẹ lo âu cho số phận của con trên bước đường lưu vong xứ người.

Nhìn lên bầu trời nắng hoàng hôn, một buổi chiều vàng đang trải rộng thênh thang trên nghĩa trang. Gió Trường Sơn thổi về mang theo khí mát lạnh. Nơi đây luôn vẫn là nơi cô tịch với thế giới bên ngoài. Không một ai có thể ngờ biết bao hệ quả của chiến tranh và những cuộc biển dâu đã từng đi qua nghĩa trang này.

Tôi là người duy nhất đến viếng mộ Mẹ hôm nay, nhân *Ngày Của Mẹ*. Tôi đến thăm lại con suối xưa, mang ánh nắng hoàng hôn miệt mài chảy dọc theo nghĩa trang in bóng núi Cà Đú. Lòng suối trong vắt với những viên đá cuội tròn trịa lấp lánh những mảnh kim khí nhỏ li ti óng ánh màu vàng. Ở tuổi ấu thơ tôi thường nhặt lấy đem về khoe với Mẹ như những viên ngọc quí đầu đời. Những viên đá cuội vẫn còn đó, lấp lánh dưới ánh mặt trời, nhưng con suối và tôi đã hoàn toàn thay đổi. Con suối xưa trông chừng như nhỏ lại, còn tôi thì già đi. Cậu bé năm xưa nay là một lão già ở tuổi tám mươi lăm. Bỗng dưng tôi muốn khóc như đứa trẻ thơ khi biết mình không còn mẹ.

Mặt trời đã khuất sau dãy Trường Sơn. Hai đỉnh núi Đá Xanh, Đá Mài đã lẫn trong bầu trời chạng vạng. Chợt một vùng ánh sáng lóe lên và nhiều tiếng bom nổ nghe chừng ở tận dãy Trường Sơn. Tôi giật mình thức giấc, nhìn qua khung cửa sổ, tôi nghe thấy sấm chớp. Ngoài kia hình như trời đang chuyển mùa. Tôi bật đèn sáng đến kéo kín các màn cửa sổ. Tôi ngả người nằm xuống bên cạnh vợ. Vợ tôi đang ngon giấc nhưng hai khóe mắt của bà loan loáng nước mắt. Tôi tắt đèn và cố ru giấc ngủ với một ít băn khoăn...Chợt vợ tôi xoay người lại, đưa tay choàng cổ tôi hôn tha thiết, nói nhỏ vào tai tôi: Sáng mai Chủ nhật 8 tháng 5- là Ngày Của Mẹ. Vợ chồng mình nhớ đi viếng mộ Mẹ em ở Nghĩa Trang Vạn Xuân- *Evergreen Cemetery*. Nhớ nghe anh.../.

Viết vào ngày giỗ thứ 23 của Mẹ chúng tôi

MÙA XUÂN ĐẦU TIÊN

Vào một sớm mai thức sớm, ông già ngâm nga câu hát *"Rồi dìu dặt mùa Xuân theo én về, mùa bình thường mùa vui nay đã về..."* Nhìn qua khung cửa, mặt hồ Michigan mênh mông băng giá, gió và tuyết, ông già nói một mình, mới đó mà đã 45 năm, mùa Xuân trong suốt 45 năm đã lặng lẽ qua khung cửa này...

Tại thành phố Chicago này, hơn 45 cái Tết đã đi qua cõi lòng ông. Dù ở xa quê hương ngàn vạn dặm hơn nửa vòng trái đất, mỗi khi Tết về ông lại tha thiết nhớ đến bài hát: ***"Mùa Xuân Đầu Tiên"*** của Văn Cao. Ông nhớ Tết Bính Thìn-1976- chính ông đã chọn bài hát này cho tốp ca Khoa Ngoại của bịnh viện đa khoa Hậu Giang hát để chào mừng cách mạng năm mới. Ông không ngạc nhiên sau đó ông bị lãnh đạo binh viện phê bình ông đã chọn bài hát tiêu cực đối với ngày 30 tháng 4...

Rồi ông lại ngâm nga một mình "...Mùa Xuân mơ ước ấy xưa có về đâu/ Với khói bay trên sông/ Gà gáy trưa bên sông/ Một trưa nắng thôi hôm nay mênh mông...Nghe có gì cô đơn quanh quẽ. Giữa không khí "Mùa Xuân Đại Thắng", Văn Cao cúi xuống lòng mình, và buồn nỗi buồn thế sự. Nỗi buồn dân tộc. Nỗi buồn về "một mùa Xuân không ai mong đợi đã đến". Nỗi buồn vận nước còn nhiều nổi trôi, còn nhiều đấu tranh: "Người mẹ nhìn đàn con nay đã về... Nước mắt trên vai anh, giọt sưởi ấm đôi vai anh.../Từ đây người biết quê người/...Từ đây người biết thương người/ Từ đây người biết yêu người/...Mùa Xuân mơ ước ấy xưa nay có về đâu./...Một trưa nắng thôi hôm nay mênh mông...."

Không ngờ qua mấy thập niên vừa được quyền cầm bút trở lại sáng tác, Văn Cao vẫn là nguyên ngọc sáng ngời. Văn và Nhạc của Văn Cao vẫn giữ nguyên chất thép như thuở nào...

Tháng 7-1995 khi được tin Văn Cao bỏ Hà Nội, bỏ Hoàng Cầm, Trần Dần...theo cụ Phan Khôi về Trời, ông ngậm ngùi suốt cả tháng. Chính từ bệ cửa này ông nhìn ra hồ Michigan bao la, ông réo gọi Văn Cao. Ông xúc động ông viết nên bài thơ:

NGẬM NGÙI VĂN CAO

Ngày Xuân luân lạc lại nhớ anh
Nhìn xuống trang thơ
Lửa cháy
Nhìn ra hồ
Tiếng hát Trương Chi vời vợi
Ngàn trùng
Tiếng ai réo gọi
Bản tình ca bất diệt
Cho độc lập
Cho tự do
Cho mọi trí tim
Cho mỗi con người
Văn Cao
Anh vội ra đi
Chưa hề gặp anh
Sao tôi vẫn nhớ
Chưa ai hề gặp Trương Chi
Sao vẫn có Trương Chi trong cõi đời mình

NGÀY KHAI TRƯỜNG

Trong cái nắng oi bức của trời cuối tháng Tám, các con em ở Mỹ lại bắt đầu ngày tựu trường. Nhìn cha mẹ dẫn con nhỏ mỗi buổi sáng đón xe bus màu vàng cam để đi đến trường, lòng tôi lại nao nao nhớ lại ngày khai giảng hằng năm ở quê nhà.

Bây giờ là trời tháng Chín. Ôi "*Chín mươi ngày nhảy nhót ở miền quê*" qua vội quá. "*Con đường làng huyết phượng nở thành bông*"(1) cũng tàn lụi trong sự lãng quên của đám học trò. Tiếng ve sầu râm ran gọi mùa hè cũng tắt lịm tự bao giờ. Các cô cậu học trò ở quê tôi lại tấp tểnh sách vở lên đường nhập học..

Có cậu bé năm ấy, được mẹ âu yếm dẫn đi đến trường trong buổi nhập học đầu tiên. Mỗi khi nhớ lại buổi nhập học đầu tiên đi cùng mẹ, tôi nhớ bài viết chan chứa nhiều hoài niệm về mẹ và những ngày tựu trường của nhà văn Thanh Tịnh. Tôi say mê đọc đi đọc lại nhiều lần, gần như tôi đã thuộc lòng bài viết ấy: "*Hàng năm cứ vào cuối thu lá ngoài đường rụng nhiều và trên không có những đám mây bàng bạc, lòng tôi lại nao nức những kỷ niệm hoang mang của buổi tựu trường...Buổi sáng mai hôm ấy, một buổi sáng đầy sương Thu và đầy gió lạnh, mẹ tôi âu yếm nắm lấy tay tôi, dẫn đi trên con đường làng dài và hẹp. Con đường này tôi dã đi lại lắm lần, nhưng lần này tự nhiên tôi thấy lạ. Cảnh vật chung quanh tôi đều thay đổi vì chính lòng tôi đang có sự thay đổi lớn. Hôm nay tôi đi học..."*

Hà Nội có mùa Thu, Ninh Thuận quê tôi ở đó chỉ có hai mùa Mưa, Nắng...Buổi sáng mai hôm ấy mẹ tôi âu yếm nắm lấy tay tôi dẫn tôi đi qua con đường làng Xóm Động, rồi đến con đường cái quan tráng nhựa. Mẹ tôi nắm lấy tay tôi dẫn tôi đi qua cầu "Ông Cọp", rồi cầu "Nước Đá" và đến tận cửa trường tiểu học Phanrang. Tôi cúi đầu đi qua cổng trường có tấm biển lớn có hàng chữ Tây: " Indochine Francais-École Primaire De Phanrang"...Giữa sân trường có cột cờ với lá cờ ba màu của Pháp treo tận chót vót. Trường của tôi hình như vừa quét nước vôi và có cửa kiến, tôi thoáng nghe mùi cửa sổ mới sơn

Gặp được thầy giáo Trần Dậm ở cửa lớp, tôi nép mình bên mẹ và nắm chặt chéo áo dài của mẹ. Mẹ tôi trịnh trọng bảo tôi *"cúi đầu chào thầy đi con"*. Thầy Trần Dậm đưa tay xóa tóc tôi. Sau khi thưa gửi vài lời ân cần với thầy Trần Dậm, mẹ tôi cúi đầu chào thầy và bà ra về. Tôi có cảm tưởng lần đầu tiên tôi xa mẹ. lòng tôi bâng khuâng lạ thường gần như muốn khóc.. Sau đó vài năm, cả nước vang vang lời kêu gọi *"Toàn Quốc Kháng Chiến"*. Thời gian cứ xuôi dòng chảy, thấm thoát chúng tôi vừa đi qua sáu mùa tựu trường (2).. Chúng tôi tốt nghiệp Primaire vào tháng 6-năm 1951. Các bạn tôi có người đã mười bảy, mười tám, mười chín, hay lớn hơn nữa (3). Phần nhiều sau khi đậu Primaire, các anh ấy thoát ly gia đình theo Việt Minh kháng chiến chống Pháp. Trong đó có các anh từng chung sách chung đèn với tôi, Nguyễn Châu Kiên, Trần Nhật Đoàn, Phan Văn Diệm... Không đầy một năm sau, một số các anh ấy đã hy sinh tại mật khu Cà Đú. Khi được hung tin ấy, tôi ngồi bên thềm cửa tay bưng mặt khóc rưng rưng. Mẹ tôi lại âu yếm vuốt tóc tôi: *"các anh ấy lớn tuổi hơn con nhiều...Con đừng bắt chước các anh ấy để rồi mẹ phải sống những ngày không có con, hiu quạnh một mình..."* Khi nói câu nói đó mẹ tôi đâu có ngờ bốn mươi bảy năm sau, năm 1998, mẹ tôi qua đời tại quê nhà trong lúc tôi sống lưu vong ở xứ người. Chắc chắn trong phút lâm chung, mẹ tôi thế nào cũng nhớ đến tôi, nhất là những phút giây âu yếm mẹ nắm lấy tay con dẫn con đi đến trường trong ngày tựu trường đầu tiên.

Bây giờ khung trời cũ, màu đất cũ, ngôi trường cũ, còn nguyên vẹn đó nhưng mẹ tôi không còn nữa, thầy Trần Dậm cũng không còn nữa. Tiếng trống của ngày khai trường năm xưa còn vọng mãi trong tôi cho đến bao giờ...Càng về già, càng lớn tuổi, tôi nhớ mãi ngày khai trường đầu tiên như một hoài niệm về mẹ, về thầy, về quê cha đất tổ cách xa ngàn vạn dặm../.

Chú Thích

(1) Trích từ bài thơ Nghỉ Hè của nhà thơ Xuân Tâm-1941.

(2) Trước năm 1950, Chính phủ Toàn Quyền Đông Dương Pháp chủ trương chương trình Tiểu học gồm có 6 lớp: Cours Enfantin- Préparatoire- Élémentaire- Cours Moyen Première Année- Cours Moyen Deuxième Année và Cours Supérieure.

(3) Thuở chúng tôi trẻ con chỉ có quyền đi học sớm nhất là 9 tuổi, có người 12,13 tuổi mời bắt đầu học Cours Enfantin (tức là lớp một hay còn gọi là lớp Đồng Ấu).

MÙA TAN TRƯỜNG

Cứ vào cuối tháng Năm, khi tiếng ve râm ran gọi vào Hè, khi màu huyết phượng nhuộm đỏ những con đường là lúc các cô cậu học trò ở quê tôi nôn nao về mùa tan trường... Khi con đường dài Phan Rang-Tháp Chàm với những hàng phượng vĩ nở thành bông cùng một lúc nỗi vui buồn nẩy nở trong tâm hồn các cô cậu học trò trường Duy Tân, trường Bồ Đề...Dòng sông Dinh sáng loáng như gương, bãi cát trắng mịn màng nóng bỏng chờ đợi những bàn chân gót đỏ như son các cô cậu học trò tình tự bên nhau trong những buổi hoàng hôn rực lửa. Mặt trời chìm dưới đáy dòng sông là lúc những cơn gió mát từ mặt sông trở về, làm mát lạnh hoàng hôn chợt đổi thành màu tím sậm

Có cậu học trò vụng dại lén lút đặt một cành boa phượng trên xe đạp của cô bạn cùng lớp như một lời chia tay cuối năm học. Có cô học trò trong đêm khuya khoắt mở trang nhật ký với cụm hoa phượng vĩ ghi vài dòng kỷ niệm của mùa chia tay...

Trang nhật ký mở rồi
Tình yêu đầu đời nho nhỏ
Yêu anh muôn vạn thuở
Gởi chùm hoa phượng phần anh...

Nỗi băn khoăn liệu năm tới có còn học chung với nhau cùng lớp? Có người xong lớp 12 rời bỏ trường và bạn vào một đại học, một phân khoa chuyên môn, hoặc đi vào quân ngũ làm nghĩa vụ quân sự của một công dân yêu nước...Liệu người còn nhớ lời nguyền mùa Hè năm nào tại *"Thiền Viện Trúc Lâm Viên Ngộ"* ở bến đò Tri Thủy?

Những Ái Diễm, những Ý Nhi, Oanh Trảo, Hữu Hạnh, Thanh Huyền, Kim Thoa...những người bạn gái chung trường chung lớp, những mối tình đầu câm nín trong sân trường Duy Tân, Bồ Đề...mỗi mùa Hè xa nhau và mất dần vào quá khứ. Mỗi khi nhớ về trường Duy Tân, Bồ Đề với những mối tình đầu đời câm nín, như nhớ về một thiên đướng đã mất...Lòng ngẫn ngơ nhớ câu thơ ai viết:

Hè qua rồi, làm hai đứa hai nơi
Phượng vẫn cháy cả một thời hoa lửa
Mong manh tình đầu nghiệp đời lữ thứ
Xa nhau thật rồi! Phượng vẫn đỏ trời quê.. (*)

Ai đâu có ngờ mùa tan trường năm 1975 là mùa chia tay vĩnh viễn các thầy, các cô, các bạn học trò nam nữ. Họ ra đi muôn phương, mất hút trong màu khói lửa. Lâu quá chưa về thăm lại Phan Rang vắng tiếng ve sầu giục giã gọi mùa hè trong nắng hạ rưng rưng. Còn đâu hình ảnh thân kính các Thầy, các Cô, hình ảnh thân thương của các cô cậu học trò trường Duy Tân, Bồ Đề, Phan Rang năm nào không còn nữa, nhưng dòng Sông Dinh Phan Rang với những buổi hoàng hôn rực lửa vẫn còn đó; hàng phượng vĩ trên đường Phan Rang-Tháp Chàm vẫn hững hờ nở hoa nhuộm đỏ một góc trời...thương nhớ ./.

(*) Thơ trên trang mạng Than-dui.com

TRỜI LẠI CHỚM THU

Bây giờ vừa đúng trung tuần tháng Tám ở Ohio-Mỹ, khí trời se lạnh, hoàng hôn xuống nhanh hơn. Mặc dầu hàng phong bên hiên nhà lá vẫn còn xanh, cũng bắt đầu run rẩy đón từng đợt gió mát đến lạnh người của buổi chiều muộn còn nhen nhúm chút nắng vàng. Ở lưng chừng trời đàn ngỗng vươn cánh dài mang nắng gọi nhau tìm về quê cũ. Những rẫy ngô bao la chạy dọc theo xa lộ bắt đầu đổi sang màu vàng. Mùa thu hoạch ngô đã đến. Những bầy chim hàng ngàn con bay lên đáp xuống trên cánh đồng ngô mênh mong. Mấy chú sóc trông có vẻ mập ra và đuổi nhau, leo trèo lên các gốc táo xung quanh nhà. Những trái táo chín đỏ lừng rụng xuống đất còn nguyên dấu răng của mấy chú sóc. Hình như mùa táo chín cũng bắt đầu đâu đó. Con đường đi bộ dọc theo những khu rừng cấm bắt đầu vắng bóng người qua lại vào những buổi chiều tối. Tiếng côn trùng từ muôn ngàn gốc cỏ vang lên theo một điệu nhạc từ nghìn xưa. Cạnh vệ đường chú dế mèn gáy lẻ loi nghe quen thuộc như ở quê nhà. Bầy chim sẻ đi ngủ sớm trong những bụi rậm. Con cún co ro cuốn mình trên nệm.

Mắt các cô cậu ở tuổi học trò trông chừng xa vời, lòng bâng khuâng nghĩ đến ngày tựu trường sắp đến. Những bà mẹ, đang sửa soạn bữa cơm tối với món soupe nóng hổi, đang mong ngóng chồng và con về tề tựu dưới ánh đèn vàng sẽ thấy ấm lòng thưởng thức món soupe do bà dày công nấu. Ông lão láng giềng lâu lắm mới thấy ông ngậm lại ống pipe, nhả khói thơm ấm cả một góc chiều. Mắt ông có vẻ đăm chiêu hơn thường lệ. Ngẩng mặt lên trời nhìn những đám mây trắng ẩm đục, nghe một chút se lạnh, ông nói một mình, mới đó mà trời lại chớm Thu../.

QUÁN CÀ PHÊ GIVRAL VÀ TÔI

Trong những ngày gần đây, thỉnh thoảng chúng ta nghe thấy trên những trang mạng, trong những quán cà phê gốc phố ở San Jose, ở Bolsa, ở Paris, hay trong một gốc của các quán cà phê *Starbuck* nào đó mà có đông người Việt, câu than vãn thầm kín, nuối tiếc quá khứ của dân Sàigòn xưa:

"Ôi! Quán Cà Phê Givral Của Saigòn Xưa Không Còn Nữa…"

Vâng, sự thật thì sau ngày 10 tháng 4 năm 2010, quán cà phê Givral tại Saigòn chỉ còn là đống gạch vụn. Nghe đâu một công trình công nghệ sẽ được xây cất lên thay thế vào địa điểm của quán Givral, hình như đó là dự án của công trình công nghệ Vietcom. Nếu quả thật vậy thì đó cũng tốt thôi, một sự đổi mới đáng kể, nhưng tại sao lại có lời than vãn nhức nhối như vậy?

Trở lại quá khứ với một chút lịch sử, từ xa xưa quán cà phê Givral của Saigòn đúng ra là quán cà phê nhỏ giọt, còn gọi là *Café phin*, một loại sở thích uống cà phê nhàn nhã của Tây, luôn luôn uống chung với bạn bè, với người yêu, vừa uống café vừa nghe nhạc êm dịu-*music of candle light*- mà vẫn còn lưu truyền đến hôm nay tại hầu hết khắp nơi trong nước, ngay cả ở Hội An, Huế, Hà Nội, chớ không chi ở Sàigòn. Mặc dầu sau năm 54, miền Nam Việt Nam chịu nhiều sức ép và ảnh hưởng của hơn 500 ngàn lính chiến Mỹ và sau đó là các Tập đoàn đầu tư ngoại quốc tại Việt Nam hôm nay, sở thích uống *Café phin nhỏ giọt* vẫn nghiễm nhiên tồn tại, và hãnh diện tồn tại nữa là khác. Chẳng những nó tồn tại trong nước, sở thích uống *Café phin* còn theo chân người Việt tỵ nạn trên khắp thế giới. Nếu có ai chẳng tin, hãy đến thung lũng Hoa Vàng- San Jose, phố Bolsa ở Orange County, hay phố Argyle của Uptown Chicago, và những phố khác ở Melbourn, Sidney mà xem những "*ông Mỹ ông Úc gốc Việt*", già cũng như trẻ, ngay cả những người Mỹ người Úc chính hiệu, Đen cũng như Trắng, Vàng cũng như Nâu, họ trầm lặn ngồi thưởng thức từng giọt cà phê từ những tách *Café* đen quánh vừa thơm nồng vừa đắng, cái vị đắng vừa đủ để cho ta hoài niệm vị đắng đầu đời…Uống *Café phin nhỏ giọt* không còn là một thời thượng nữa, uống *Café phin* đã trở thành nguồn suy tư, cảm hứng cho âm nhạc, thi ca, hội họa của mọi giới và…mọi thời. Những ai đã từng dừng chân đôi lần tại các quán Café Saigòn trước 75 như Quán Hân, Pagoda, Imperial, Givral và nhiều quán khác nữa, sau này dù có đi đâu về đâu cũng khó mà quên được cái hương vị, cái không khí, khi thì trầm mặc khi thì xôn xao dao động của nó. Vì thế cho nên khi nghe tin quán Café Givral bi đập phá chỉ còn là đống gạch vụn, thì những người Saigòn xưa làm sao tránh được cảm giác ngậm ngùi.

Gần đây, trong một cuộc phỏng vấn của Đài Tiếng Nói Tự Do Á châu do Mặc Lâm thực hiện. Nhà báo ở trong nước, Đỗ Trung Quân, đang sinh sống tại Saigòn khi trao đổi với nhà báo Mặc Lâm, ông Quân cho biết ý nghĩ của ông về lịch sử của Quán Café Givral Saigòn:

"Một địa danh như thế, một cái quán như thế, đối với tôi quán cà phê Givral còn là một địa chỉ lịch sử, một địa chỉ văn hóa. Các nhạc sĩ nổi tiếng từng ngồi ở đây trước 75 cũng như sau 75. Tất cả các nhà báo quốc tế, cũng như các nhà báo trong nước đều ngồi uống cà phê ở đây để thu thập tin tức về chiến tranh Việt Nam. Nhân vật Phạm Xuân Ẩn, nhà báo cũng là nhà tình báo nổi tiếng cũng thường ngồi ở đây. Nhưng rất tiếc có một số nhà báo khác họ chưa có cảm giác được nỗi đau khi mất một địa chỉ như thế đâu vì đa phần có thể họ không sống ở Sàigòn, họ không phải người Saigon xưa như tôi....”

Nhà báo lão thành, Sơn Điền Nguyễn Viết Khánh hiện đang sống ở Cali. Ông là người Bắc, di cư vào Nam và di tản qua Mỹ vào năm 1975, ông cũng phát biểu với nhà báo Mặc Lâm cảm tưởng của ông về sư “*ra đi*” của quán cà phê Givral Sàigòn:

“À, đúng rồi, tôi đã ở Sàigòn, tôi là ký giả. Ngoại trừ khi tôi đã là Tổng thư kí của Việt Tấn Xã thì tôi không ra, mà còn là phóng viên tôi đi ra ngoài thường vẫn ngồi ở quán Givral và tôi nhớ rằng các anh em bạn, cũng là báo chí, hoặc là phóng viên hoặc là biên tập viên thỉnh thoảng cũng ra ngồi ở đó, lấy tin tức rồi thì nói chuyện... Thế nhưng nó chỉ là một tòa nhà do người Pháp người ta xây ra từ thời xa xưa thì tôi nghĩ rằng bây giờ dân tộc nào muốn tiến bộ họ hủy bỏ cái gì mà cổ hũ mà không dính dáng tới vấn đề văn hóa, vấn đề gọi là nguồn gốc của dân tộc Việt Nam, không dính dáng đến nơi thờ cúng tôn nghiêm của các tôn giáo, thì tôi cho rằng đặp bể cái cổ để xây cái mới là đúng...”

Những điều phát biểu của nhà báo lão thành Sơn Điền Nguyễn Viết Khánh nghe rất chân, không có những tình cảm vụn vặt riêng tư đan xen vào. Có lẽ là vì ông cũng không phải là người Sàigon xưa chăng? Ông vốn dĩ người Bắc kỳ di cư vào Nam sau năm 1954.

Riêng cá nhân tôi, tôi đã sống ở Sàigòn, một thời sinh viên khá dài từ năm 1959 đến năm 1969, từ sinh viên Văn khoa ở đường Nguyễn Trung Trực đến sinh viên Y ở đường Hồng Bàng- Chợ Lớn. Tôi đã từng uống cà phê với các bạn bè ở các quán Imperial, quán Hân, quán Pagoda, quán Givral...và nhiều quán khác nữa. Phải nói những quán cà phê Saigòn thuở ấy, thuở những năm 60-68, là những quán Càfé của thanh niên và sinh viên nam nữ Saigòn. Thỉnh thoảng cũng thấy có vài nhà báo trẻ, nhà văn, nhạc sĩ đến đến ngồi cụng ly cà phê tán gẫu với các sinh viên Saigòn, nhưng không nhiều lắm, họ vẫn còn thuộc thành phần *khách thiểu số* của các quán cà phê Saigòn lúc ấy. Nhưng sau *Coup Mậu Thân* và sau khi cuộc thương thuyết ở Paris khai mạc, chiến tranh ác liệt hơn, lúc ấy các quán cà phê Saigòn trở thành nơi săn tin lý tưởng về chính trị, văn hóa cũng như quân sự ở khắp các Vùng Chiến Thuật. Lúc ấy các nhà báo mới tràn vào các quán cà phê Saigòn. Café Givral có một vài ưu điểm vì nó tọa lạc ngay trước tòa nhà Quốc Hội, như nó lúc nào cũng dòm vào Quốc Hội. Dù muốn hay không nó cũng nhuộm một chút màu sắc chính trị. Tất cá quán cà phê Sàigòn lúc ấy, chứ không riêng gì quán cà phê Givral, đều có một không khí lãng mạn, chan hòa một chút trăn trở về chiến tranh, băn khoăn về cuộc sống. Thỉnh thoảng những năm 60, những chú *GI* cũng vào uống Coffee ở các quán này. Họ chuyện trò với các sinh viên nam nữ Saigòn thân mật. Nhưng sau cùng ở họ cũng trở lại các quán có sàn nhảy, tiếng kèn đồng nhạc Jazz và rượu Whisky như Moulin Rouge, Lido, Maxime, Côte d'Ivoire…có lẽ họ cảm thấy ở đó thích hợp với màu áo trận của họ hơn.

Vào những năm 60-68, với một anh bạn ở cùng gát trọ, anh là sinh viên Cao Học Hành Chánh Khóa II, chúng tôi thường rủ nhau đi uống cà Givral vào những trưa hè. Với anh ấy, Givral là quán có máy lạnh tốt, nhạc êm dịu, anh ưa thích nhất. Ngồi trong quán Givral nhìn qua bên kia đường Tự Do, trước tòa nhà Quốc Hội, nắng trưa hè rung rinh như khối thủy tinh bốc khói. Những lúc ấy cầm lòng sao được, ai mà không nhớ đến *"Nắng Thủy Tinh"* của Trịnh Cộng Sơn. Có lúc vì ôn bài thi cuối năm mệt nhọc, sau khi uống tách cà phê Givral, nhờ có máy lạnh, tôi gục đầu ngủ dài ngay cạnh bàn cà phê Givral trong lúc đó anh bạn tôi miệt mài viết luận án Cao Học. Chính nơi cái bàn mà tôi thường ngủ gục ở đó, là nơi anh bạn tôi đã viết và hoàn tất luận án Cao Học Hành Chánh của anh.

Đến năm 1975 miền Nam mất. Anh bạn tôi bị bắt đi Tù Cải Tạo ở Quảng Ninh. Năm 1979, vì chiến tranh biên giới với Trung Cộng, trại học tập của anh dời về Nghệ Tĩnh. Tại đây anh bạn tôi đã qua đời vì ăn đói, thiếu dinh dưỡng và thận suy.

Sau hơn 40 năm lưu vong, bây giờ ngồi nghĩ về ngày 30/4/75, nghĩ về số phận quán café Givral hôm nay, và nghĩ về cái chết của anh bạn tôi trong trại học tập cải tạo, tôi thầm hỏi, có ai có những kỷ niệm ràng buộc với quán cà phê Givral Sàigòn một cách hạnh phúc, thần tiên, và đau đớn, như tôi không nhỉ? /.

ĐI GIỮA MÙA THU

Trời cuối tháng Chín, sau vài ngày nắng gắt, khi mặt trời quay trở lại từ Bắc cực và đi ngang qua trên thành phố, cũng bắt đầu mùa táo chín, mùa Thu thật sự trở lại Chicago. Khí lạnh và gió heo may chợt tràn về. Loài di điểu từng hàng lớp lìa bỏ Chicago, lặng lẽ soi mình dưới đáy hồ Michigan, cùng nhau tìm về vùng đất ấm. Đàn ngỗng trời gọi nhau nghe tha thiết. Hồ Michigan cũng bắt đầu thở sương khói mùa Thu, mặc dầu màu mây chưa kịp ngã sang màu vàng ấm đục. Hình như người Chicago không mấy ai bận tâm khi hàng phong trên đường phố lưa thưa nhuộm lá vàng. Các cô con gái Chicago vận thêm chiếc áo choàng màu đỏ đủ làm hồng đôi má. Màu mắt và màu tóc của các cô vẫn giữ nguyên màu vàng óng ả, dư âm của mùa Hè vừa đi qua.

Thầm kín cùng với mùa Thu, những mất mát thương đau, những hoài niệm, những bia mộ gối chăn của của tình yêu cũ, của ngày tháng cũ, thầm lặng trở về cùng gió heo may. Nghe gió mùa Thu thì thầm qua khe cửa, đêm nào thao thức nghe giọt mưa Thu, ai đó có trở nghiêng gối mộng tiếc nuối những mối tình theo những mùa Thu đi, như nước chảy qua cầu...

Mùa Thu lá rụng, mùa của chia ly giã từ, nhớ nhung, hồi tưởng, của tình yêu réo gọi:"...*Thú quê thuần hức bén mùi/ Giếng vàng đã rụng một vài lá ngô- Chạnh lòng nhớ cảnh giang hồ- Một mùa quan tái mấy mùa gió trăng...*"(KiỀU). Phải chăng đó cũng là luât vô thường, có hợp có tan, có mùa Xuân phải có mùa Thu. Mùa Thu cũng là khoảnh khắc của mất mát, của hoài niệm khôn nguôi. Mùa Thu cũng là mùa của người tình tìm đến người tình, người chinh phụ nhớ người chinh phu. Lưu Trong Lư khẽ gọi:"*Em không nghe mùa Thu/ Dưới trăng mờ thổn thức/ Em không nghe rạo rực/ Hình ảnh kẻ chinh phu/ Trong lòng người cô phụ?*". Táo bạo hơn, nhà thơ Cung Trầm Tưởng đã vẽ nên mùa Thu như là mùa của tình ái,"*Mùa Thu Paris/Tràn dâng đôi mi/ Người em gác trọ/ Sang anh gót nhỏ thì thầm*". Trịnh Công Sơn miêu tả mùa Thu bằng những ca từ thật diễm lệ: "*Nhìn Những Mùa Thu Đi- Em nghe sầu lên trong nắng-Và lá rụng ngoài song- Nghe tên mình vào quên lãng- Nghe tháng ngày chết trong Thu vàng...".*

Nhưng với cụ Tam nguyên Yên Đỗ, trong phong thái của nhà hiền triết, với chiếc thuyền con bé tẻo teo thả neo ngoài vòng thời gian, nhập hồn mình vào hương khói mùa Thu: *"Ao thu lạnh lẽo nước trong veo-Một chiếc thuyền con bé tẻo teo/Sóng biếc theo làn hơi gợn tí/ Lá vàng trước gió sẻ đưa vèo/Tầng mây lơ lửng trời xanh ngắt/Ngõ trúc quanh co khách vắng teo/Tựa gối ôm cần lâu chẳng được/Cá đâu đớp động dưới chân bèo....*Đọc xong bài thơ Thu Điếu của cụ Tam Nguyên Yên Đỗ, chúng ta thấy hồn mình thăng hoa hãnh diện khi ta đứng trước cảnh vô thủy vô chung của thời gian và không gian vô tận.

Tất cả hình ảnh và tình cảm về mùa Thu vừa kể trên, chỉ là mùa Thu trong thi ca, âm nhạc, hội họa. Nhưng hình ảnh mùa Thu trong đời thường trong mỗi chúng ta hôm nay, có lẽ sống động sâu sắc hơn nhiều. Sống ở xứ người sau gần 50 mùa Thu, chúng ta sao vẫn nhớ đến mùa Thu ở quê nhà, nhất là những ai đã sanh ra và lớn lên tai Hà Nội, khi nhìn thấy chiếc lá ngô đồng nhuộm vàng tại quê người làm sao quên được khoảnh khắc chiếc là bàng nhuộm đỏ tại quê nhà. Đó cũng là lúc khởi đầu nguồn gió lao xao sóng nước hồ Tây, năm cửa ô Hà Nội tràn ngập gió, nước sông Hồng bắt đầu vẫn đục, dâng lên xanh đậm bờ... Làm sao quên được, đêm mùa Thu Hà Nội ngạt ngào mùi hoa sữa, phố Hà Nội với mái ngói rêu phong, các cô Hà Nội với bờ môi đậm đỏ bich đào trong áo dài nhung màu huyết dụ...

Mùa Thu Chicago đến rất sớm và ra đi rất vội, bỏ lại hoa cúc vàng một mình. Màu thời gian tím ngát sau khung cửa, lão lặng lẻ khép kín cánh cửa, ngồi chờ nghe tiếng gió hú quyện với tuyết khi mùa Đông Chicago về... /.

SÔNG VẪN VƯỢT NGÀN

Cách đây vài hôm, bà giám đốc trịnh trọng nói với ông *"Thưa bác sĩ, tháng sáu năm tới, bác sĩ đúng 68 tuổi. Chúng tôi muốn dành thời gian quí báu còn lại của bác sĩ cho gia đình bác sĩ...và xin bác sĩ hiểu cho thời thế đã thay đổi..."*

Thật sự vấn đề 'về hưu' ông đã quan tâm từ lâu, nhất là từ năm 1999, khi khả năng thính giác của ông bị suy sụp tệ hại. Ông đã nói chuyện này với vợ cũng như thư điện với các con nhiều lần. Nhưng khi nghe bà giám đốc nói như vậy ông cũng cảm thấy nao nao, cảm thấy mình đang cố bám víu một điều gì xem chừng nghịch lý. Năm tới tuổi của ông 68, tuổi bào mẫu là 69, coi như gần *'thất thập cổ lai hy'*. Ông cảm thấy mình đã nhận khá nhiều ân huệ, đáng lẽ ông phải về hưu, theo luật định, ở tuổi 65 cách đây gần 3 năm.

Cưu mang lắm việc rồi đến lúc về hưu ta cũng phải tự hỏi, ta làm được những gì cho đời? Trong quá khứ ta nhận biết bao ân huệ từ gia đình và tổ quốc. Lớn lên trong chiến tranh, hư hao đổ nát, mang nhiều ước vọng vào đời, phục vụ đất nước chưa đầy mươi năm, trôi giạt xứ người, cuộc sống lưu vong của ông thật là hẩm. Đến Mỹ tháng 11 năm 79, ông không thể nào có cơ hội trở lại nghề bác sĩ tại Mỹ. Ông hài lòng với nghề tư vấn tâm thần vì với nghề này, ông có cơ hội trở lại phục vụ cộng đồng người Việt tại hải ngoại. Ông đã được nhận là giám đốc chương trình Bịnh Tâm Thần cho người tị nạn Đông Dương tại hội tương trợ người Á châu Asian Human Services tại Chicago. Năm 1994 ông viết đề án-*proposal*- đứng ra thành lập *Trung tâm Phục Hồi Chức Năng Tâm Thần Xã Hội- Pscho Social Rehab Center-* tai Chicago dưới sự hỗ trợ của hội Asian Human Services in Chicago. Cuối cùng ông được chính phủ Liên bang Mỹ chuẩn thuận với sự tài trợ (*funding*) khá đầy đủ cho hàng năm. Đây là cơ hội để ông giúp đỡ các sĩ quan cua Quân Đội Việt Nam Cộng Hòa đến Mỹ theo diện HO- (*Humanitarian Operation Program*). Nhờ vậy, ông lúc nào cũng thấy phấn khởi. Năm nay ônh đã 68, ông vẫn chưa bao giờ an phận dừng chân, an nghỉ.

Ông chiêm nghiệm đời người như một dòng sông. Phát nguyên từ nguồn cao, vượt bao nhiêu

ghềnh thác, dòng sông càng trôi xa càng thay đổi.
Càng trôi dòng sông càng tiếp nhận nhiều phụ lưu,
lòng của dòng sông càng mở rộng, nhịp trôi luôn
luôn thay đổi, có lúc nông, lúc sâu, lúc nhặt, lúc
khoan, có lúc cuồn cuộn vươn lên vượt ghềnh thác,
có lúc đổ nhào xuống vực sâu, dòng sông vẫn miệt
mài trôi, mang nặng phù sa tạo nên những nương,
những bãi, những cồn những thôn xóm làng mạc, đất
nước. Đã có biết bao nền văn minh và xã hội dựng
lên từ những dòng sông. Khi trôi đến cửa biển dòng
sông hội nhập vào đại dương, mang đến đại dương
nguồn nước mới, những chất liệu mới, những sinh
khí mới...và trôi mãi đến vô cùng. Dòng sông đời
cũng miệt mài trôi khi đến tuổi hưu, như dòng sông
đến cửa biển, với niềm khao khát và ước vọng hội
nhập cùng thế giới. Hưu không có nghĩa là đời người
ngưng đọng lại, ông luôn luôn quan niệm, hưu là
điểm khởi đầu cho một hành trình mới.

Nhiều lúc ông tự hỏi sao ta lại dấn thân lắm
việc. Không hiểu một thôi thúc nào đó đã réo gọi ông
đi vào muôn ngả của đời. Ông vẫn thấy mình vẫn còn
trẻ. Ông thường khoe với người bạn vong niên,
những đường gân những cơ bắp ông có. Những cánh
buồm xa trên biển vẫn vẫy gọi ông. Sau đôi mắt đẹp
của người con gái vẫn còn là những thiên đường ước

mơ. Ông chan chứa yêu đời yêu người. Những buổi sáng cuối Thu khi đi làm, ông vẫn chọn cravatte cho hợp với ngày thu muộn, đẹp và buồn. Ông vẫn còn mong ngóng những buổi chiều cuối tuần. Có những đêm giọt mưa Thu không ngừng gõ vào hồn ông tiếng gọi lên đường. Ông thường đưa bà, vợ ông, vào những buổi xế chiều mùa Hạ, đến Ravina, trung tâm trình diễn nhạc thính phòng ngoài trời tại Chicago. Cũng như những đôi nam nữ khác, ông bà cũng ngồi tựa bên nhau trên bãi cỏ nghe ca nhạc thính phòng. Có lần cũng nơi ấy ông bà gặp Đặng Thái Sơn trình diễn dương cầm những tình khúc của Fréderic Chopin. Trong nắng hoàng hôn hôm ấy, ông mơ thấy ánh mắt tình tự của George Sand tha thướt trên những trang tiểu thuyết trữ tình. Trong chín năm qua ông dồn hết những hiểu biết, ân huệ đời ban cho, với số vốn chữ nghĩa học được từ đất mẹ, ông thực hiện tập truyện ngắn "Câu Lạc Bộ 309.81". Ông rất thú vị khi thấy tập truyện ngắn của ông được vô vàn độc giả niềm nở đón nhận. Có nhiều người phát biểu những cảm nghĩ sâu sắc về tác phẩm của ông ngay tại buổi ra mắt sách tại ngân hàng Bridgeview-Bank Chicago. Hy vọng chăng, văn học nghệ thuật là hành trang mới cho ông lên đường?

Có những chiều ông về muộn. Một mình ngồi trong văn phòng. Nơi đây ông đã tư vấn vô số người và vô số gia đình trong 20 năm qua. Họ là đồng hương, đều là nạn nhân của chiến tranh. Đồng cảnh ngộ cho nên sự cảm nhận của ông với hoàn cảnh của bệnh nhân thật sâu sắc. Họ là người đồng hành với ông trên đường đời. Ông cảm thấy có sự ràng buộc thiêng liêng nào đó. Quyết định về hưu thì dễ, nhưng xa bịnh nhân xa văn phòng mà ông đã ngồi đó suốt trong 20 năm qua, ông không khỏi ngậm ngùi.

Trên đường về nhà, trên xe điện, ông suy nghĩ về ngày nghỉ hưu gần kề. Ông cảm thấy buồn vì còn nhiều người cần sự giúp đỡ của ông. Ông cảm thấy mình là kẻ đào ngũ trước trách nhiệm. Ông nghĩ chấp nhận về hưu là một việc làm nhẫn tâm với lương tri mình. Tối hôm ấy ông về nhà muộn, vợ ông mở cửa ông vào. Thấy mặt ông có vẻ dàu dàu bà hỏi:

- Sao anh về muộn vậy? Anh ở lại trễ tranh thủ với bà giám đốc để anh tiếp tục làm việc? Anh không muốn về hưu sao? Không đâu anh, già rồi thì phải về hưu chớ! Trông anh cũng mệt mỏi rồi. Mình phải ra đi thôi, nhường chỗ cho người trẻ hơn họ đến. Biết đâu người thế anh trong tương lai, họ có thể hiểu bịnh nhân hơn anh, họ có thể giúp đỡ bịnh nhân hữu hiệu hơn anh.

Ông không ngờ những lời vợ ông nói thật sâu sắc và ủy lạo ông rất nhiều. Ông thầm cảm ơn bà. Thấy mâm cơm dọn sẵn và chờ đợi ông, ông xin lỗi bà đã về trễ. Ông lên tiếng mời bà ngồi lại ăn cơm. Thấy bà mang lại mâm cơm ngọn nến hương, ông hỏi:

- Sao hôm nay tình thế? Chúng ta ăn cơm dưới ánh sáng của nến à!

Nghe thế, bà cười, bà hỏi lại ông:

- Anh có nhớ hôm nay là 23 Tây? Ngày mai là 24 tháng Chạp, lễ Giáng Sinh không anh?

Nghe bà hỏi thế, ông kêu 'ha'! Hai bàn tay ông ôm lấy đầu. Một nỗi buồn xâm chiếm tâm hồn ông. Ông thầm thì:

- Ta già đến thế sao!

Ông nghe bà an ủi:

- Không đâu anh, anh còn trẻ và chúng ta còn trẻ. Nhưng đôi lúc cũng phải biết quên chớ anh. Không nên cứ mãi ràng buộc mình với đời, khổ lắm anh ạ.../.

Christmas 2004

ĐI DƯỚI CƠN MƯA
HẠNH PHÚC

Vào một buổi sáng, mới có tám giờ rưỡi, phòng mạch vừa mở cửa, một ông lão độ ngoài tám mươi, hối hả xin vào gặp bác sĩ để cắt chỉ ở vết thương trên mu bàn tay trái của ông mà bác sỹ may cách đây 6 ngày. Nhìn ông lão có vẻ khẩn khoản, hối hả, ông đến sớm hơn một giờ. Vì bác sĩ cũng không có hẹn với ai trong giờ này, cho nên bác sĩ để ông ngồi vào ghế, bắt đầu nghe tim mạch, đo áp huyết của ông và sau đó bác sĩ tháo vết thương ra xem. Bác sĩ nói vào tai ông lão:

- Vết thương khô tốt, lành rồi và tôi có thể cắt chỉ cho ông ngay bây giờ.

Ông lão ngỏ lời cảm ơn bác sĩ bằng nụ cười và cúi mái đầu bạc, rồi lặng thinh. Tuy vậy ông lão cũng không giấu được ông đang nhấp nhổm, băn khoăn về một điều gì?

Thấy vậy bác sĩ bông đùa hỏi:

- Ông lão sao có vẻ vội thế? Có hẹn với ai ấy à?

- Thưa bác sĩ, vâng...Vâng tôi có hẹn đến ăn sáng với bà nhà tôi...

- Vậy, tôi làm xong nhanh cho ông để ông có thể đi ngay kẻo trễ. Ông có sợ đến trễ, bà ấy sẽ không hài lòng không?

Ông lão nhìn bác sĩ, ôn tồn bảo:

- Không đâu bác sĩ, chúng tôi có hẹn ăn sáng với nhau trong dưỡng trí viện ấy bác sĩ. Bà nhà tôi ở trong dưỡng trí viện. Bà bị bịnh lẫn. Đã hơn 5 năm rồi đó bác sĩ. Bà đâu còn biết thời gian, không gian, ngày và đêm là gi. Bà cũng không nhìn ra tôi nữa, bà cũng không còn biết tôi là ai...

Lặng thinh một hồi bác sĩ hỏi ông lão:

- Như vậy, trong hơn 5 năm qua, mỗi buổi sáng ông cụ lúc nào cũng vào ăn sáng với bà cụ trong dưỡng trí viện?

Với nụ cười hài hòa, ông lão đặt bàn tay mình trên bàn tay của bác sĩ, ông hồn nhiên bảo:

- Mặc dầu đã hơn 5 năm bà không nhìn ra tôi là ai, nhưng tôi lúc nào cũng nhìn ra bà, biết bà là vợ của tôi...

Ông lão đã rời khỏi phòng mạch, bác sĩ vẫn còn cảm thấy hơi ấm của bàn tay của ông lão trên mu bàn tay mình. Nhìn theo ông lão khuất dần sau dãy phố và dòng người, dưới cơn mưa, bác sĩ không sao cầm được nước mắt. Áp ống nghe vào ngực, tự nghe tim mình bồi hồi, ngậm ngùi...bác sĩ thầm nhủ: "Trong tình nghĩa vợ chồng ta ước mong mai sau, ta cũng được sống như người. Yêu nhau là chấp nhận tất cả thực tại của nhau, chấp nhận những gì sẽ xảy ra cũng như những gì sẽ không xảy ra trong đời sống của nhau. Hạnh phúc không phải chỉ được nhìn thấy ở những gì tốt đẹp sẵn có, hạnh phúc còn được tìm thấy khi ta chuyển hóa những điều tệ hại đến với ta, thành những điều tốt đẹp. Tư duy về cuộc sống không phải là làm sao sống qua cơn bão tố, mà làm sao ta vẫn thấy được hạnh phúc ngay cả khi ta đi dưới cơn mưa rào../.

Chicago
Một buổi sáng tuyết lạnh đầu năm 2022

GIÁNG SINH CHICAGO GIÁNG SINH SÀIGÒN

Ở quê nhà bạn bè có hay Chicago, nơi tôi ở trong gần ba mươi lăm năm qua, mùa đông lạnh, tôi tha hồ tận hưởng những đêm Giáng Sinh như chúng ta thường ca hát thời còn nhỏ: *"Đêm Đông lạnh lẽo Chúa sinh ra đời..."*

Vâng, sự thật suốt ba mươi lăm năm qua, tôi tận hưởng nét đẹp của thành phố Chicago trong những ngày lễ Giáng Sinh, từ cái lạnh buốt giá cô đơn, đến dáng dấp sắc diện trang hoàng của thành phố chào mứng ngày lễ lớn. Từ những ngày cuối tháng 11 sau lễ truyền thống Tạ ơn *Thanksgiving* và những ngày đầu tháng Chạp, thành phố Chicago vận vào người cái áo choàng hào nhoáng, lộng lẫy kiêu sa mà những vòng đèn hoa trên đỉnh tháp Sears Tower là vương miện. Ngày vừa xuống, chiều tối vừa lên, không phải là bóng tối mà là cả một trời sao sáng ập xuống trên thành phố Chicago. Chicago chưa bao giờ xinh đẹp bằng Chicago trong những đêm Giáng Sinh. Gió lạnh từ Bắc cực thổi về Chicago trong những ngày này thật buốt giá-buốt giá cho đến nỗi làm cho ai cũng cảm thấy cô đơn. Ấy vậy mà, đứng dưới trời đêm Giáng Sinh của Chicago người người cảm thấy ấm cúng, gần gũi với nhau hơn, muốn cùng nhau chia sẻ hân hoan hạnh phúc. Tuần vừa rồi, cũng như mọi người, tôi ùa vào đám đông, các thanh niên, sinh viên, học sinh nam nữ, tấp nập đi shopping ở Chicago Downtown. Phải nói là đi shopping ở Chicago Downtown trong những ngày này thật là thần tiên. Tất cả những sản phẩm tinh hoa của những nền văn minh trên toàn thế giới, từ Bắc kinh, đến Amsterdam, từ New Delhi đến London…đều được chưng bày trong các tủ kính ở đây. Nói theo thời buổi kinh-tế-thị-trường, tất cả những sản phẩm có sức cạnh tranh cao trên toàn thế giới đều qui tụ về đây ngóng chờ sự thưởng lãm, ưng ý của khách hàng Chicago trong mùa Giáng Sinh. Điều này không những nói lên sự hùng mạnh về kinh tế của nước Mỹ, sự giàu có của người Mỹ, mà nó còn nói lên phẩm chất thưởng thức của người Mỹ. Thế mới hay, lễ Giáng sinh là dịp để cho các thành phố lớn trên thế giới, để cho các dân tộc trên thế giới nói lên những nét đặc thù văn hóa của quốc gia, của thành phố của họ và cũng để phô trương sư thịnh vượng kinh tế của đất nước họ. Nhìn các 'cô cậu Chicago' đi shopping mà nhớ lại mình, mà tiếc nuối Saigon của một thời còn trẻ. Người Mỹ đi shopping trong mùa Giáng Sinh, không phải chỉ là đi có một lần hay một ngày, mà họ đi nhiều lần, nhiều ngày, xuyên suốt từ đầu tháng chạp đến ngày tận cùng trước đêm giáng sinh. Tôi cũng đã đi shopping suốt tuần vừa rồi. Thấy các 'cô cậu' mua quà Giáng Sinh rất châm chú, rất cẩn trọng, rất công phu mà cảm động mà nhớ lại mình. Tôi biết, rồi cũng như tôi, làm sao mà minh có thể mãn nguyện với món quà mình chọn, mình mua cho *người yêu*, làm sao mà mình có thể đo được yêu biết mấy cho vừa! Họ đi shopping có đôi, từng đàn, nam nữ nói chuyện, say đắm yêu thương. Trong cái lạnh se người, họ nhìn nhau ấm cúng và thiết tha làm sao. Họ hôn nhau nghe ấm cả đường phố. Tôi chưa bao giờ nhìn thấy được nụ cười hồng lên đôi má như tôi nhìn thấy ở các cô con gái Chicago trong suốt những mùa giáng sinh…

Cách đây vài hôm, đang ngồi trong phòng làm việc nghe mẹ con ai nói chuyện bằng tiếng Việt từ ngoài đường phố vọng vào. Tôi giật mình và mơ hồ tưởng như mình đang sống tại quê nhà. Tôi bước đến cửa số nhìn xuống đường thấy hai mẹ con ai đi chợ về, đẩy chiếc xe đi chợ đầy ấp thức ăn, họ vừa đi vừa chuyện trò. Sau mỗi câu nói hơi nước bốc ra từ miệng họ. Câu chuyện của họ nghe xa dần và mất hút trong tuyết lạnh cùng với chiếc xe đẩy đi chợ. Lúc ấy một niềm tiếc thương và giá lạnh của Chicago phủ xuống hồn tôi. Hình ảnh những đêm giáng sinh tại quê nhà lại hiện lên trong lòng tôi từng nét đậm đặc. Giáng Sinh và những ngày tháng cũ của Hà nội, của Saigòn vẫn còn quanh quẩn bên tôi đâu đây. Tiếng chuông nguyện Nhà thờ Cửa Bắc, Hà nội, chiều tan lễ còn mãi ngân nga…Dáng đứng trầm ngâm qua nhiều năm tháng chờ đợi những đứa con xa xứ của Nhà thờ Đức Bà Saigòn, làm ray rứt hồn tôi. Nhà thờ Hộ Diêm, Nhà thờ Tấn Tài A ở Phan Rang, Nhà thờ Hà Dừa, nhà thờ Núi Đá ở Nha Trang, những nhà thờ của thời trẻ dại rong chơi của tôi bây giờ ra sao? Những ký ức về Giáng Sinh tại quê nhà, những kí ức ấy, trong suốt những năm qua, lúc âm ỉ, lúc bùng phát, ray rứt, quằn quại, nguôi đi rồi lại cháy lên, bập bùng theo ánh nến của những mùa giáng sinh. Các bạn tại quê nhà đâu có hay, ký ức về những mùa giáng sinh tại quê nhà luôn luôn là những hoài niệm sưởi ấm hồn tôi giữa những ngày Giáng Sinh giá lạnh của Chicago./.

Chicago Christmas-2010

NOEL - MỘT THOÁNG BÂNG KHUÂNG

Mỗi khi ngày lễ Noel về, hồn chúng tôi ngây ngất với biết bao hoài niệm của thuở thiếu thời, về một Sàigòn xa xưa như nhớ về một thiên đường đã mất.

Nhà thờ Đức Bà-Notre Dame Cathédrale-vẫn sừng sững trong trí nhớ, nơi chúng tôi đã từng đứng trong giáo đường nghe thời gian rơi theo từng hồi chuông nhà thờ đổ.

Con đường Catinat, phố Bonnard, phố Nguyễn Huệ...biết bao lần thay đổi, nhưng cái nét hòn ngọc viễn Đông từ ngàn xưa của Sàigòn không một phai mờ.

Trong đêm Giáng Sinh biết bao thanh niên sinh viên nam nữ Sàigòn cùng nhau đổ xô ra đường tràn ngập Thủ đô Sàigòn. Các cô Sàigòn mặc váy ngắn, váy dài, các cô Hà Nội mới di cư vào Nam năm nào, chiếc áo dài của các cô vẫn giữ nguyên duyên dáng của phố Thăng Long. Các học sinh, thanh niên, sinh viên nam nữ, chia thành nhóm nhỏ, cùng nhau ca hát những bài hát mừng Chúa Giáng Sinh bằng lời Việt, lời Pháp, lời Anh biến Sàigòn thành phố quốc tế. Họ cùng nhau ca hát dưới mái hiên của các cửa hàng, các quán ăn, khu thương mại Eden, những quán cà phê Continental, La Pagode, Givral, Lido, Imperial, Pacific... dọc theo đường Catinat đến bến Bạch Đằng. Họ chia sẻ niềm tin yêu sâu sắc vào ngày lễ Giáng Sinh, ngày hòa bình của nhân loại, mặc dầu phần nhiều họ là người ngoại đạo.

Hình ảnh những chiếc bánh buche de Noel chưng bày trong tủ kiến ở các cửa hiệu đã gần 50 năm xa cách sao vẫn còn đâu đó trong trí nhớ của các cụ già nay đã ngoài 80, 90...

Đến 12 giờ khuya các thanh niên, sinh viên Sàigòn nam nữ họp lại với nhau trong các quán cà phê họ chia nhau từng mẩu Buche de Noel ăn mừng lễ Réveillon.

Làm sao quên được các cô cậu sinh viên Sàigòn thuở ấy của các cư xá sinh viên – những cư xá Phục Hưng, cư xá Đắc Lộ, cư xá Minh Mạng, các cư xá nữ sinh viên, Thanh Quan Lưu Xá, cư xá Trần Quí Cáp, họ tổ chức những buổi gặp gỡ nhau trong mùa Giáng

Sinh để cùng nhau ca hát cùng nhau đóng những vở kịch, cùng nhau trao đổi tìm hiểu, yêu thương...

Còn đâu hình ảnh và giọng ca của cô sinh viên Dược khoa, Văn Khoa, Y khoa, Luật khoa...những giọng hát Sylvie Vartan của Sàigòn, trong các ca khúc thời danh của Pháp với những ca từ trữ tình, diễm lệ: *La Plus Belle Pour Aller Dancer- En Écoutant La Pluie- Tous Mes Copains....*

Thôi hết rồi những năm tháng thần tiên ấy đã mất hút theo chiến tranh. Sàigòn quê hương yêu dấu của ta, giờ đây ở tận phia Tây bờ biển Thái Bình Dương, nhưng sao ta vẫn thấy gần gũi yêu thương như chưa bao giờ xa cách..

NHỚ VỀ "MỘT CÁI TẾT Ở HÀ NỘI"

Sau hơn bốn mươi năm dừng chân ở đất tạm dung, phần nhiều chúng ta đã hơn hai màu tóc trên đầu, nhưng vẫn còn nhớ sao chợ Tết. Cây tre nêu, tràng pháo chuột nổ lép bép ngoài sân hiện ra trong tâm hồn chúng ta đậm đặc từng nét trong những ngày cuối tháng Chạp. Nhớ khói hương ngày Tết như nhớ mùi sữa mẹ thuở còn nằm nôi. Dù cho có hay không ăn Tết đi nữa, không ai chối cãi được: "đi chợ Tết", "sắm Tết, "ăn Tết", "chúc Tết"...đã là một góc văn hóa của dân tộc, một phần của quá khứ thân thiết của đời mình. nhất là cho những ai vừa ngoài bảy mươi, tám mươi như chúng tôi.

Nhớ Vũ Bằng, sau khi di cư vào Sàigòn năm 1954, chỉ cách Hà Nội không đầy hai ngàn cây số, cùng trên quê hương đất nước. Đến những năm sáu mươi trong tập truyện ngắn "Thương Nhớ Mười Hai" của ông, Vũ Bằng cũng ra riết nhớ Tết ở ngoài Bắc, nhất là chợ Tết trong làng quê miền Bắc hay của Thăng Long, Hà Nội tại các chợ Bằng, chợ Mơ, chợ Ô cầu Dền, chợ Đồng Xuân, chợ Ngầm, chợ Đệp...đã thành những hoài niệm Tết của Vũ Bằng.

Từ những năm 1939-40, nhà thơ Thê Húc-Phạm Văn Hạnh-trong một đoạn phiếm du, đã miêu tả *"Một Cái Tết ở Hà Nội"* năm xưa: *"Tết năm nay tôi ở Hà Nội. Và cũng phần nhiều năm kể từ hồi nhỏ. Vì Hà Nội là quê tôi, tuy ông bà tôi ở mãi xa kia, bên bờ sông Bassac, cuồn cuộn ánh sáng quanh năm.*

Ăn Tết với tôi là "sắm Tết". Trong con mắt tôi, Tết chỉ có mấy ngày trước. Đến, là hết rồi. Xuân qua cho tôi cái cảm giác là lúc nở với lúc tàn cùng trong một phút mà tiếng pháo đầu năm khua động trong lòng tôi những đường tơ đau đớn lạ lùng.

Nên mấy ngày trước Tết tôi sống mãnh liệt, sống trong chờ đợi...cái phút đương qua.

Tôi đi lên, đi xuống mấy phố Hàng Ngang, Hàng Đào, rồi vào chợ, rồi đứng tần ngần trước cửa hiệu các chú khách. Người ta đi lại sắm Tết. Tôi cũng vậy. Và cùng nhiều bạn thiếu niên như tôi (kể cả các bạn gái). Chúng tôi nhiệt thành lặn lội trời mưa phùn lấm láp, vui sướng nhìn cả một vườn đào cử động trên các ngả đường. Hình như được chen lấn trong đám đông, vội vàng hớn hở, lòng tôi cũng hớn hở vội vàng?

Mấy bức tranh tàu xanh đỏ giữ tôi lại hàng giờ. Chú khách Vân Nam bán hàng, áo bông trứng sáo dài quét gót, vòng tay dấu trong tay áo như một phép thuật lạ. Tôi ngỡ một tiên ông ở phương xa đến thử khách trần, và bức họa mỹ nhân cặp trên tường nhìn tôi, hữu ý...

Quay lại, những bức họa lòe loẹt con gà, con cóc, như ở các truyện cổ tích chun ra, làm sống lại cả một thời xưa. Tôi thấy tôi đi "khám phá cuộc đời", cái gì cũng đượm vẻ huyền bí, cái gì cũng nhuộm một mầu tươi.

Pháo, câu đối, cam, hoa đào, cho đến môi người thiếu nữ, cảnh vật là bản nhạc theo điệu hồng.

Nhưng sao lòng tôi chưa lên tiếng tiếng họa, hay còn đợi khúc Bạch Tuyết Đương Xuân?

Vì lòng tôi vốn dĩ như vậy, ở giữa cảnh xanh tươi còn khao khát cảnh xanh tươi, và vẻ đẹp bên mình chỉ khêu nỗi nhớ nhung một vẻ xa vời, báu lạ. Tôi nhớ đến một người đàn bà gặp một buổi chiều chợ Tết năm kia, "Nàng" bận tang phục bằng hàng đen, tóc vấn dối, phấn đánh qua loa. Một mùi thơm đầy sắc dục theo nàng như từ trong phòng ra. Lách trong đám muôn hoa, nàng chỉ mua mấy bó hoa Violettes còn ở chợ. Rồi đi...Tối hôm ấy, khi về nhà, tôi không còn ngửi thấy mùi đào, mùi cúc nữa, và nằm mơ như một trận mưa tím bay tỏa khắp bên mình.

Tôi lần lần đi ngược những năm về trước, mỗi năm đều để lại cho tôi một hình ảnh đẹp, hình ảnh của một người đàn bà. Cũng bận đồ đen và con mắt còn đen hơn nữa...

"Nàng" ngồi xe điện, nàng vào các cửa hàng, mua một cành hoa. Rồi đi...không bao giờ gặp lại...

Năm nay tôi lại gặp một hình ảnh đẹp. Trước cửa một hiệu thuốc Bắc, một chàng Cao Ly đứng bán hoa lạ. Trên biển giấy đỏ cắm ngay bên cạnh để mấy chữ "Hợp Thời Mẫu Đơn Hoa Vương". Hỏi giá, không hơn hai chục bạc; còn hoa, chơi đến tháng ba chưa tàn. Đành là chưa mua được, nhưng tự nhủ là cũng chưa ai mua, tôi đứng lại ngắm những buổi bình minh hé trên mấy hoa hồng phớt, và lặng chờ một Giáng Tiên sắp sửa qua, vô ý vướng gẫy một cành...

"Nàng Giáng Tiên không bao giờ qua." (*)

Dù "nàng Giáng Tiên không bao giờ qua", nàng Giáng Tiên không trở lại chùa Phật Tích ở Kinh Bắc để vướng gẫy một cành "Hợp Thời Mẫu Đơn Hoa Vương" một lần nữa...Dù cho chúng ta có ăn Tết hay không ăn Tết nữa, văn hóa Tết đã là một phần văn hóa của dân tộc, là nguồn cảm hứng bất tận của thi ca và âm nhạc. Ăn Tết, hoài niệm Tết vẫn là mạch sống rạo rực khơi động tâm hồn chúng ta mỗi độ Xuân về.../.

(*)Trích từ "Giọt Sương Hoa"- tác giả Phạm Văn Hạnh- Hà Nội-1941

LINDA LÊ
TÁC PHẨM VÀ CUỘC ĐỜI

Những nhà cầm bút ở trong nước và hải ngoại vừa nhận được tin buồn: nhà văn cũng là nhà bình luận văn học Pháp và châu Âu, Linda Lê vừa ra đi hôm 9 tháng 5, năm 2022, ở tuổi 58, để lại bao nhiêu thương tiếc cho cộng đồng Việt Nam, và hàng triệu độc giả, người Pháp và châu Âu mến mộ văn chương của bà.

Đang ở tuổi ngoài ngũ tuần, đang trong dòng triều cương của sáng tác, còn nhiều chuyển hóa, còn nhiều bước đi mới khám phá chính mình và thế giới, Linda Lê đã bỏ lại thế giới sau lưng mình, một khoảng trống, một mất mát lớn cho nhân loại nhất là cho nền văn học Pháp và Việt Nam.

Báo Libération của Pháp có bài phác họa chân dung tư tưởng của nhà văn Linda Lê, tác giả của nhiều tiểu thuyết viết bằng tiếng Pháp và nhận được nhiều giải văn chương có uy tín trên văn đàn của Pháp: *Les Trois Parques* (Bá Số Phận), *Colomnie* (Vu Khống), *Autre Jeux avec le Feu* (Lại Chơi Với Lửa), *Lame de Fond* (Sóng Ngầm), *Oeuvres Vives.*-2014...

Những tác phẩm của bà được nhiều lần tưởng thưởng với những giải Vocation(1990)-Renaissance de la Nouvelle (1993), giải Renaudot (2011) với tác phẩm "A l'enfant que je n'aurais pas "...Linda Lê cũng được vào chung kết tranh giải Concourt-năm 2012, một giải văn học danh giá hàng đầu của Pháp.

Theo báo Libération cá tính của Linda thích cô độc, nhất định từ chối không muốn có con. Trong tác phẩm của Linda, hình ảnh của một xứ sở cấm ky xa xưa, một người cha bị bỏ rơi, một người mẹ khuôn phép hay một người đàn bà hờ hững. Có những câu chuyện huyễn hoặc siêu thực mang cùng một sắc thái như trong các tác phẩm của Shakespeare, hay hàm chứa hoang tưởng, ảo ảnh và hội chứng trầm cảm.

Cuộc đời Linda Lê là một chuỗi dài của hạnh phúc đan xen với đau khổ, của tin yêu trộn lẫn với giận hờn, giữa những phút giây thiên đường hôm qua và địa ngục hôm nay. Linda Lê sanh tại thành phố Đa Lạt, sương mù lãng mạn năm 1963. Mẹ của Linda một phụ nữ Việt Nam thuộc tầng lớp cao, bẩm sinh quốc tịch Pháp. Cha của Linda là người Việt thuộc tầng lớp xã hội thắp hơn mẹ, mặc dầu ông là kỹ sư đương thời. Năm 1968 chạy giặc Mậu Thân từ Đà Lạt xuống Sàigòn. Trên đường chạy nạn, lúc ấy Linda mới có 5 tuổi đã nhìn thấy xác chết của trẻ thơ bên đường vì bom đạn chiến tranh. Hình ảnh đau thương của đất nước khắc sâu vào tâm trí của cô mãi mãi về sau này. Có lần Linda Lê đã phải thốt lên trong một trang viết, từ đó tôi có cảm tưởng trong tôi có một xác em bé đang chết, Việt Nam quê hương tôi giờ này sao như xác chết của một trẻ thơ. *J'ai l'impression de porter en moi un corps mort. C'est surement, le Vietnam que je porte comme un enfant mort.* Thật là một định mệnh nghiệt ngã và tuyệt vời, vận nước nổi trôi đã gắng liền với số mệnh, thân phận của người con gái với tâm hồn nhạy cảm quá sớm. Nhưng đó cũng là nguồn cảm xúc dâng tràn mỗi khi cô viết về người cha của cô bị bỏ quên ở lại cùng quê hương Việt Nam.

Chạy giặc từ Đà Lạt xuống Sàigòn, theo truyền thống gia đình bên ngoại Linda Lê theo học các trường Pháp. Chính ở Sàigòn năm 1969, Linhda Lê phát hiện đời sống tình cảm của cô có gì bất ổn. Những nguyên nhân thời cuộc bên ngoài làm sự quan hệ giữa cha và mẹ của Linda trở nên lỏng lẻo và tồi tệ. Lúc đó Linda Lê đã sớm thấy mình bị rơi từ thiên đường Đa Lạt đến xuống hố thẳm của địa ngục Sàigòn.

Rồi chuyện gì phải đến đã đến. Hai năm, sau 30-4-75 Linda cùng mẹ và 3 chị em gái di cư sang Pháp vào năm 1977. Ở Pháp cũng như ở Sàigòn Linda Lê vùi mình trong văn chương, nghiền ngẫm tư tưởng các văn hào, triết gia Pháp. Phải chăng đó là một đam mê thiên phú, hay đó chỉ là cuộc chạy trốn chính mình-*ego escape*- hầu để quên đi quá khứ của mình ở đó sừng sững hình ảnh của người cha bị phản bội tàn tệ, bị bỏ quên cùng quê hương Việt Nam cấm kỵ không được nói đến.

Năm 1981, Linda Lê tốt nghiêp lớp 12 tại trường trung học thời danh Henri IV ở Paris. Năm sau đó Linda được nhận vào học văn chương tai đại học Sorbone. Tài năng văn chương của Linda được phát hiện rất sớm. Từ lúc cô còn tuổi vị thành niên, cô được sự hâm mộ và dẫn dắt của các vị giáo sư ngay bậc trung học. Chính những vị giáo sư này đã đưa Linda vào đại học Sorbone. Những năm thập niên 80 những tác phẩm của Linda Lê đi theo một tiến trình căn bản và vậm vỡ. Từ "Un Si Tendre Vampire" (*Về một con dơi ác độc triều mến*) năm 1985 đến "Les Evangiles du Crime"(*Phúc Âm của tội ác*), xuyên qua các tác phẩm này chúng thấy thấp thoáng ẩn hiện về cái chết và ý nghĩ về một sự tự vận của Linda từ thuở ấy. Cũng trong thời khoảng này, Linda Lê cũng cho ra đời những tác phẩm khác được coi như là thứ yếu: Fuir (1988), Solo (1989)...vì phần nhiều các tác phẩm này không mang được những dấu ấn gì đáng ghi nhớ trong văn nghiệp của Linda Lê sau này...

Năm 1995 là năm định mệnh giáng xuống đời cô những tai nạn đau xót ngất lịm hồn người. Đó là lúc cô được tin người cha của cô vừa qua đời tại Sàigòn sau cơn đột quị lúc ông sữa soạn lên đường sang Pháp để tìm lại thăm cô và gia đình. Người cha muôn vàn thân yêu ấy trong suốt 20 năm, cha con không gặp lại nhau dù cho một lần. Tuy thế hai cha con không ngừng liên lạc thư từ chặt chẽ với nhau, có những đồng cảm về thân phận hoàn cảnh của nhau và cùng tin yêu sâu sắc. Liền sau đó Linda Lê quyết định về Việt Nam để tiễn người cha mình đến nơi an nghỉ cuối cùng và cũng để thăm lại quê hương.

Với một nội tâm đầy xúc đông, và phẫn uất dường ấy làm sao Linda Lê chịu đựng nổi những đau đớn sau cái chết nghiệt ngã của người cha. Sau ngày trở lại Paris, Linda Lê rơi vào thế giới ảo giác, vây hãm bởi những mặc cảm tội lỗi, ý nghĩ về một sự tự tử-*suicidal ideation*. Đối với Linda Lê cái chết của người cha của cô còn có ý nghĩa cái chết của của một thần

tượng đời cô, người đã thông hiểu nội tâm của cô. Sự
ra đi của người cha đã để lại cho Linda một thế giới
trống rỗng, không có niềm tin-*un monde sans dieu.*
Sau đó Linda Lê đã phải nhập viện bịnh tâm thần. Đó
là khoảng thời gian của hai tâp truyện VOIX- Tiếng
Nói và Lettre Morte-Thư Chết. Tất cả hai tác phẩm
này đều miêu tả sự khổ lụy tận cùng của Linda khi
nghĩ về người cha xấu số bị ruồng bỏ và chết với nỗi
oan khiên không nguôi. Linda tin rằng trong lòng
người cha luôn có hình ảnh của cô cũng như tiếng
nói của người vẫn còn vang vọng đâu đây bên cô.
Cũng như hình ảnh của những bức thư còn xanh
màu mực.

Một thời gian sau đó Linda Lê xuất viện và
dòng đời cứ tiếp tục trôi chảy thầm lặng. Linda Lê
tiếp tục viết với những dằn vặc:"Les Trois Parques"
năm 1997, và "Autre Jeu avec le feu"(Lại Chơi Với
Lửa) năm 2002. Năm 2003 Linda Lê thực hiện
Personne (Không Còn Ai) nói lên sự trống vắng,
cuộc đời chan chứa cô đơn của người con gái vừa
đúng 40, không còn cha, không còn quê hương,
không chồng, không con...

Với một ý nghĩ thật là ngộ nghĩnh, Linda Lê
cho hay cô đang chuẩn bị xuất bản một bức thư gửi
cho đứa con mà Linda Lê đã và sẽ không bao giờ có

"A l'enfant que je n'aurais pas". Từ năm 15 tuổi, cô đã chia sẻ ý nghĩ không muốn có con với người bạn trai của mình. Cô sợ mang thai, sợ cho con bú vì ngại rằng từ bầu vú của cô sẽ tiết ra tia sữa đắng, truyền nỗi cô đơn của mình cho đứa con vô tội. Như vậy có con không khỏa lấp được nỗi buồn mà còn làm cho cô thêm mặc cảm tội lỗi. Trong những năm gần đây, Linda Lê cũng có bạn trai thành khẩn chia sẻ với cô mong cô có con với lý lẽ khi Linda có con, ngoài ý nghĩ mình là người đàn bà, Linda còn là một bà mẹ bảo vệ nuôi nấng con. Có con sẽ mang lại cho cô hạnh phúc, niềm hy vọng về tương lai, tất cả sẽ làm cho cô thấy thanh thản, dịu dàng. Nhưng Linda Lê đã đáp lại bằng cuộc sống lứa đôi không nhất thiết phải có con mới tồn tại.

Cũng trong cuộc đời lứa đôi tình cảm, Linda Lê đã chọn một chỗ đứng cho mình trong dòng văn học của Pháp đặc thù Linda Lê, thoát ra ngòai mẫu mực giềng mối của Simone De Beauvoir, một feminist Existentialist. Nhưng chưa bao giờ Linda cảm thấy cô đơn trong dòng văn học Pháp hiên tại. Trái lại cô được các giới trí thức và báo chí văn học Pháp tích cực chia sẻ với cô. Tác phẩm của Linda Lê , chẳng những được trọng vọng tại Pháp, được nhiều giải văn học tầm cỡ của Pháp, mà còn được dịch sang Anh ngữ, Đức ngữ...

Ở tuổi ngoại ngũ tuần Linda nghĩ gì về thân phận con người trong chiến tranh và sau chiến tranh? Nhất là thân phận người Việt tỵ nạn chiến tranh, sống lưu vong cùng khắp thế giới trong hơn 45 năm qua? Chúng ta và Linda Lê có chung một vùng đất đứng, chung một tâm trạng, tư cố hương, nhớ về quá khứ, quê hương, và những người thân yêu còn hay đã khuất. Cám ơn Linda đã thể hiện tuyệt vời tâm hồn và suy tư của người Việt tỵ nạn.

Nghĩ cho cùng, trường hợp Linda Lê, trường hợp đặc thù văn học nghệ thuật với hiện tượng Thụ Tinh Chéo- Cross Fertilization- Linda Lê mượn ngôn ngữ xứ người, ngôn ngữ Pháp, để miêu tả nội tâm của chính mình, của cộng đồng Việt Nam khi nghĩ về hậu quả và hệ lụy của chiến tranh. Phải chăng Linda Lê chỉ cũng là nạn nhân của Hội Chứng Hậu Chiến- Post Traumatic-Stress-Disorders Syndromes- cũng như hàng triệu người Việt khác đang sống trong nước hay đang sống lưu vong trên cùng khắp 92 vùng lãnh thổ, quốc gia trên thế giới.../.

GIẤC MƠ HỒI HƯƠNG

Anh Phúc và gia đình qua Mỹ năm 1990 thuộc diện bảo lãnh. Anh và gia đình, vợ và ba con, được tái định cư ở tiểu bang New Mexico, tiểu bang thứ 49, tương đối đất mới, người thưa, rất tốt cho những người Mỹ trẻ đến đó để lập nghiệp. Nhưng với anh Phúc lúc đó đã ngoài năm mươi. Ý nghĩ đầu tiên của anh là tạm sống ở đây một thời gian sau khi có thẻ thường trú, rồi sẽ tìm cách qua Cali sống có bạn bè và cộng đồng người Việt.

Anh đâu có ngờ, chỉ trong một thoáng mà tiểu bang New Mexico cầm chân gia đình ở đấy gần 3 năm. Sau 18 tháng đầu, gia đình anh bị cắt welfare. Vợ anh mắc bịnh ung thư. Rốt cuộc anh và các con đã phải bỏ học tiếng Anh và chuyên môn, bung ra làm assembler để có bảo hiểm y tế cho gia đình. Nhưng rồi chị cũng qua đời, anh mất hết ý nghĩa của cuộc sống. Là một giáo sư dạy Triết ở trong nước, bây giờ nhìn lại thân phận tị nạn bèo bọt của mình và phần số hẩm hiu của vợ, anh thấy cuộc đời này thật ngắn ngủi và vô định

Cuối năm 1994, bốn cha con, cùng lọ tro cốt của chị, chạy qua Cali kiếm sống và tìm sự giúp đỡ ít ra là tinh thần của cộng đồng Người Việt và bạn bè, những người bạn đã từng khắng khít với anh trong thời chiến, trong lao tù cải tạo. Nhưng sự đời không diễn ra như anh tưởng. Sau gần 20 năm xa cách, biết bao nước chảy qua cầu, bạn bè thân thích trước 1975, đôi khi gặp nhau trên đất lạ xứ người lại không nhìn ra nhau. May mà anh còn có nhóm học trò cũ trước 75, chẳng những nhìn ra anh, họ còn nhớ công ơn dạy dỗ của anh; có một số đến thăm anh và chia sẻ giúp đỡ cha con anh tìm job hay đăng ký bảo hiểm sức khỏe, tem phiếu thực phẩm trong khi chờ đợi có job. Điều này làm cho anh thấy được niềm an ủi. Một số học trò của anh, còn nhớ anh đã từng dạy dạy Piano, và anh đã đào tạo một số nhạc sỹ Piano thành danh sau này. Họ đến tìm anh và yêu cầu anh dạy piano cho các con của họ. Anh được trả lương hậu hỉ và bằng cash. Nhờ thế anh có những năm tháng sống thoải mái với nghề gia sư về Piano, nhất là sau năm

2002, khi đó anh đã được 65 tuổi, anh đã có quốc tịch Mỹ anh lãnh tiền già và được cấp thẻ Medicaid.

Dòng đời của anh không vì thế mà yên bình trôi chảy mãi. Đến năm 1999, người con trai lớn của anh trong cơn khủng hoảng với vợ, anh chàng bỏ gia đình vào chùa tu. Người con trai thứ của anh đi lấy vợ. Gia đình của nó là gia đình hạt nhân kiểu Mỹ. Người con gái út có chồng là kỹ sư điện toán, cũng là học trò cũ của anh. Họ đã có có hai mặt con. Thỉnh thoảng hai vợ chồng người con gái út đến thăm anh. Đó là niềm an ủi còn sót lại trong cuộc sống lưu vong của anh.

Sống trong tuổi già với bao nhiêu ký niệm đau thương chồng chất, anh hứng chịu tất cả bịnh chứng của tuổi già: cao áp huyết, tiểu đường, phì đại tuyến tiền liệt...và cuối cùng anh bị stroke, liệt nửa người bên trái, vào năm 2008 khi tuổi đời vừa đúng 70. Thế giới của anh bây giờ chỉ còn lại chiếc xe lăn, LapTop, Iphone. Phòng anh ở theo chế độ housing, chinh phủ chi trả 90% tiền thuê phòng. Anh từ bỏ nghề gia sư về piano. Anh rơi vào tình trạng trầm cảm, anh tìm đến các bác sĩ tâm thần để tư vấn và điều trị những hội chứng anxiety, panic disorders. Nguyên là giáo sư triết và tâm lý học anh biết tự kiềm chế mình trong những cơn khủng hoảng...

Ở tuổi 75, anh cam chịu sống trong Viện Dưỡng Lão dành cho người già tàn phế. Anh ở chung phòng với một người Mỹ gốc Mễ. Ông này có triệu chứng liệt vì stroke và thất ngữ, không nói được. Tuy trong phòng có 2 người nhiều lúc anh cảm thấy mình sống chỉ có một mình trong một thế giới câm nín. Từ phòng anh, nhìn xuống phía dưới lầu là một con sông rộng trải dài đến tận ngút ngàn. Bên kia trời là những đỉnh cao của dãy Rocky Mountains. Những khi chiều xuống, nhìn khói sóng trên sông anh nhớ nhà chi lạ, anh ngậm ngùi nhớ câu cổ thi Trung Quốc: *"Nhật mộ hương quan hà xứ thị/Yên ba giang thượng sử nhân sầu..."*(*)

Bây giờ anh bắt đầu sống với quá khứ, với những hoài niệm buồn vui lẫn lộn. Với cái LapTop qua Internet, email. facebook, anh tìm lại bạn bè thất lạc trong thời chiến tranh khốc liệt, thời hậu chiến đầy gian khổ. Anh được an ủi rất nhiều khi nhân được từ Facebook các bạn bè nhắc lại câu chuyện và hình ảnh thân yêu xưa cũ. Anh nhớ lại những lần được vợ thăm nuôi trong lao tù cải tạo, những lúc đó anh nhìn lọ tro cốt của chị anh rưng rưng nước mắt.

Anh vốn dĩ là Phật tử, mặc đầu anh không qui y, không pháp danh, không ăn chay, toàn ăn mặn. Anh thường đọc kinh Cứu Khổ vào buổi sáng kể từ khi anh trở về từ lao tù học tập cải tạo. Anh nhớ lại tại một buổi thuyết trình tại Đai Học Văn Khoa Saigòn vào khoảng năm 1962, một giáo sư người Pháp, Michel Piclin, cho rằng đạo Phật là một triết học dạy ta sống với lòng vị tha. Đạo phật để sống chứ không phải để cầu, đạo Phật hướng dẫn chúng ta đi chứ không hứa đưa chúng ta tới đích. Khác với tôn giáo khác, đạo Phật không thừa nhận có Thượng Đế hay một đấng Siêu Quyền Lực như đấng Allah, có toàn năng chi phối đời sống của con người cũng như ban phát khen thưởng trừng phạt con người. GS Piclin thuyết giản: Không có Đức Phật tự sinh. Tất cả phải thông qua một quá trình tu tập rèn luyện đầy nghị lực với tất cả Bi-Trí-Dũng. Đức phật đã từng nói:"Ta là Phật đã thành-Chúng sinh là Phật sắp thành". Và GS. Michel Piclin đi đến kết luận gây sốc mọi kháng thính giả: "Đạo Phật Vô thần". Dù sao buổi thuyết trinh hôm ấy của GS. Michel Piclin đã để lại anh nhiều ấn tượng sâu sắc về Phật học.

Trung tuần tháng 5 năm 2020, giữa mùa đại dich Covid-19, anh nhận được email của người em gái tên Hạnh từ Viêt Nam. Người em gái báo cho anh biết, các con của chị ấy đã nên gia thất, và ra ở riêng. Bây giờ chỉ còn có hai vợ chồng già ở trong một cái nhà khá rộng. Cô em gái của anh rất mong ngày hồi hương của anh. Nếu cần cô ấy sẽ thuê một người chuyên chăm sóc người già tại tư gia để chăm sóc cho anh. Vợ chồng cô ấy chịu chi phí tất cho cuộc sống của anh tại quê nhà không có gì là gánh nặng tài chánh cho cho họ cả. Và cô ấy bảo anh tranh thủ trở về càng sớm càng tốt.

Sự thật, đầu năm 2020, anh có nói chuyện với vợ chồng người con gái út của anh là anh muốn hồi hương. Người con gái của anh cũng cho anh hay việc hồi hương của anh từ Viện Dưỡng Lão về Viêt Nam trong thời đại dịch Covid-19 phải qua nhiều thủ tục khá rắc rối. Nhưng vợ chồng con sẽ cố gắng, trước hết là phải hỏi ý kiến của Cô Hạnh bên nhà. Nếu cô đồng ý tự nguyện chăm sóc ba ở tuổi già, sau đó con sẽ lo tiến hành thủ tục cho ba hồi hương. Hy vọng khi đại dịch Covid-19 lắng xuống, ba có thể trở về nhà. Nói tới đây mặt người con gái út ràn rụa nước mắt. Anh nhìn lọ tro cốt của chị, anh nói, việc đầu tiên khi ba về bên nhà là ba phải lo xây mộ phần cho mẹ con, sau đó khi nào ba chết các con nên nhớ đặt mộ phần của ba bên cạnh mộ phần mẹ con...

Cuối tháng 7 vừa rồi, người con trai cả của anh, đến thăm anh tại Viện Dưỡng Lão. Khi găp anh người con trai trong bộ áo cà sa màu nâu sậm, chấp tay vái chào anh. Anh thật ngỡ ngàng khi gặp lại người con trai của mình sau hai mươi năm xa cách. Anh kéo con anh cúi xuống gần anh hơn. Anh không tin mình đang ôm vào lòng một vị chân tu. Người con ngồi bên cạnh chiếc xe lăn của cha, anh cầm tay cha, tỏ bày, con đến hầu thăm Ba khi được biết ba sẽ hồi hương trong nay mai. Con chúc ba bình an và được an lạc nơi quê nhà. Các con ở Mỹ sẽ không bao giờ dám quên được công ơn sanh thành dưỡng dục của cha mẹ. Anh nhìn thẳng vào mắt con, anh bảo, ba thành khẩn cầu chúc những buổi lễ con ban sẽ có nhiều tín chúng đến tham dự lắng nghe con. Ba cũng không thể nào quên được nước Mỹ đã từng nuôi dưỡng gia đinh mình và bây giờ nước Mỹ vẫn tiếp tục cưu mang các con. Ba mong rằng các con hãy thương yêu và phụng sự nước Mỹ như tổ quốc của các con...

Ngoài kia nắng chiều vừa xuống. Trước khi nói lời từ giã với cha mình, vị chân tu đưa bằng hai tay cho cha chuỗi tràng hạt, và vị chân tu nghẹn ngào: thưa ba giữ lấy chuỗi tràng hạt này, để khi nào ba có băn khoăn điều gì, một cơ duyên gì, xin ba cứ lần tràng hạt tinh thần ba có đủ tỉnh thức, và tâm hồn ba sẽ bình an. Anh đưa tay nhận chuỗi tràng hạt, cả hai cha con nhìn nhau trong suốt chiều sâu của tâm thức...

Từ chiếc xe lăn, anh nhìn theo bóng con khuất dần sau những vạt nắng, tay anh vô tình lần tràng hạt, anh băn khoăn sự tu tập của con sẽ đi tới đâu? Anh nghiêng tâm nghe lòng mình rung động trong nắng hoàng hôn...∕.

(*) Trích từ bai thơ Hoang Hạt Lâu-của Thôi Hiệu-Nhà thơ Trung Quốc đời Đường
Quê hương khuất bóng hoàng hôn/ Trên sông khói sóng cho buồn lòng ai...Tản Đà dịch

HÌNH NHƯ MÙA HÈ VỪA ĐI QUA

Chiều hôm ấy, một buổi chiều cuối mùa Hè năm 1956, trước cổng trường Võ Tánh Nhatrang, Trọng nhìn theo lọn tóc bỏ sau hai bờ vai và tà áo dài trắng, Trọng gọi lớn tên nàng nhưng Thu Nguyệt vẫn lặng yên tiếp tục đạp xe đạp, nàng không đáp lại lời kêu gọi của Trọng, ngay cả ngoái đầu nhìn lại nhau lần cuối.

Cách đó chưa đầy ba hôm, khi Trọng đang thu mình ngồi ở cuối phòng thi vấn đáp để ôn lại bộ môn Việt văn, Trọng vừa thoáng nghe tiếng guốc ai xem chừng quen thuộc mặc dầu tiếng chân người đi rất nhẹ bên ngoài véranda. Trọng ngước mắt nhìn qua bệ cửa sổ, thoáng gặp ánh mắt của Thu Nguyệt hình như nàng đang cố tìm anh. Trọng rất mừng khi biết Thu Nguyệt cũng được vào thi vấn đáp như mình. Đây là kỳ thi deuxième Session của bằng Trung Học Đệ Nhất Cấp năm 1956 tai Nhatrang. Hình như cả trường Trung Học Tư Thục Kim Yến lúc ấy chỉ có Thu Nguyệt và Trọng qua được kỳ thi Écrit và vào thi Oral hôm ấy. Thu Nguyệt cố đi thật nhẹ vào phòng và nàng tự động kéo ghế ngồi sát vào anh. Trọng nghe hơi thở nồng ấm của Thu Nguyệt khi nàng nói rỏ vào tai anh:

- Anh lập được bản tóm tắt bộ môn Việt văn hay quá, vậy hai đứa mình ôn chung với nhau đi anh...

Nghe vậy, Trọng liền đưa cho Thu Nguyệt bản tóm tắt thứ nhất, và nói:

- Khi nào Thu Nguyệt ôn xong quyển 1 thì mình sẽ đổi cho Thu Nguyệt bản 2...

Thu Nguyệt nhất định không chịu, nàng bảo:

- Hai đứa ôn chung một quyển cho nhanh. Và nàng chủ động lấy quyển tóm tắt một, và hai đứa dụm đầu vào nhau đọc thật nhanh những trang tóm tắt. Thu Nguyệt kéo tay áo cao lên làm hiện rõ cái cườm tay nõn nà với những sợi lông măng đen mượt và ngón tay trỏ của nàng chỉ vào hàng chữ cho hai đứa đọc. Bàn tay Thu Nguyệt đẹp như búp hoa sen màu hồng lướt đi thoăn thoắt trên trang giấy.

Bây giờ Trọng mới để ý phòng thi vấn đáp trở nên im lặng khác thường. Các thí sinh, các cô thầy giáo đang thi vấn đáp đều đổ dồn ánh mắt nhìn về phía Thu Nguyệt và Trọng. Trọng không phải nói ra điều này với Thu Nguyệt vì anh tin rằng Thu Nguyệt cũng cảm nhận như mình.

Thu Nguyệt là một trong những nữ sinh xinh đẹp và quí phái một thời của trường Trung Học Kim Yến Nhatrang. Thu Nguyêt còn có tên là "Nguyệt Mắt Quạ" vì Thu Nguyệt có đôi mắt đen lánh hút hồn những ai được cô nhìn đến. Vì đôi mắt quạ và màu da trắng xạm nắng mặn mà của gió biển Nhatrang,Thu Nguyệt trong quá khứ đã làm điêu đứng biết bao nhiêu chàng trai của thành phố biển này. Năm ấy Thu Nguyệt vừa tròn mười tám còn Trọng vì ảnh hưởng chiến tranh, chuyện học hành của anh có phần chậm trễ, năm ấy Trọng cũng vừa đúng hai mươi.

Trọng và Thu Nguyệt vẫn ngồi thu mình bên cạnh nhau ở cuối phòng tiếp tục ôn bài, mặc dầu cho thiên hạ cứ lao nhao nhìn về phía hai người. Chợt nghe thầy giáo gọi tên, Trọng liền đứng dậy, Thu Nguyệt nắm lấy cẳng tay Trọng và nói với theo *bonne chance...*

Thầy giáo phỏng vấn Trọng, có gương mặt phượng, đôi chân mày rậm, da mặt trắng, nói giọng Bắc, đúng là một thư sinh. Thầy giáo rất lịch sự; thầy hỏi anh về những bài "hát nói" của Nguyễn Công Trứ, về nhà thơ Trần Tế Xương. Cuối cùng thầy giáo hỏi anh nghĩ gì về câu thơ sau đây của Nguyễn Gia Thiều " *Cầu Thệ Thủy ngồi trơ cổ độ, Quán Thu Phong đứng rũ tà huy*"...Hỏi xong câu ấy, ông thầy giáo có vẻ ân hận, có lẽ thầy nghĩ câu hỏi ấy hơi quá sức cho một thí sinh ở bậc Trung học đệ nhất cấp như anh. Thầy giáo không ngờ Trọng trả lời câu hỏi ấy chẳng những thông suốt mà còn rất là lý thú. Thầy giáo hỏi anh, anh học Việt văn với thầy nào trong những năm qua? Trọng trả lời: "em học với thầy Cung Giũ Nguyên". Nghe vậy ông giáo chỉ đáp lại bằng cái nhún vai: "anh là người có diễm phúc". Thưa thầy "em may mắn thật", Trọng đáp lại. Sau đó thầy giáo bắt tay anh và chúc anh may mắn. Vô tình thầy giáo cho anh thấy anh được 7 điểm trên 10. Có điều lạ khi thầy giáo phỏng vấn Trọng thầy không quên thỉnh thoảng thầy nhìn về hướng Thu Nguyệt. Việc ấy làm cho Trọng thấy khó chịu...Về đến chỗ ngồi, Trọng nhận được nụ cười khả ái của Thu Nguyệt, nàng nói với anh: Tôi nghĩ anh qua được bộ môn Việt Văn rồi với điểm khá tốt. Mặc dầu Trọng ngạc nhiên về câu nói ấy, nhưng anh không hỏi tại sao Thu Nguyệt lại cảm nhận được điều ấy?...

Câu chuyện của họ chưa kịp chấm dứt thì Thu Nguyệt đã được thầy giáo gọi tên. Nàng bước đến thầy giáo với vẻ e lệ rụt rè như một tiểu thư khuê các.

Thầy giáo đưa tay kéo ghế mời Thu Nguyệt ngồi đối diện với ông ta. Liền sau đó thầy giáo có vẻ lính quýnh, ông giáo chỉ biết mân mê cây viết Parker ông đang cầm với mười đầu nghón tay của ông. Ông ta không dám nhìn thẳng vào mắt Thu Nguyệt. Trọng biết ngay từ lúc đó ông giáo đã bị đôi mắt quạ của Thu Nguyệt hớp hồn. Không phải riêng Trọng, cả lớp đều quay đầu nhìn về phía Thu Nguyệt, ngay cả các thầy cô giáo đang phỏng vấn học sinh các bộ môn khác...Trọng nghe thầy giáo hỏi Thu Nguyệt về ý nghĩa câu thơ của nữ sĩ Đoàn Thị Điểm, dịch giả Chinh Phụ Ngâm Khúc: *"Nỗi lòng biết ngỏ cùng ai- Thiếp trong cánh cửa chàng ngoài chân mây"*. Trước khi nói cảm tưởng của mình về câu văn trên, Thu Nguyệt nói: Xin thầy cho em được phép nhắc lại nguyên văn Hán tự hai câu văn trên của Đặng Trần Côn: *"Lao dữ nhân hề, thủy dữ ngôn, quân tại thiên nhai thiếp ý môn..."*. Ông giáo tỏ ra sửng sốt, lần này ông cố lấy hết can đảm nhìn vào đôi mắt quạ của Thu Nguyệt, ông ngợi khen vốn Hán tự mà Thu Nguyệt có. Thu Nguyệt thật thà bảo: Thưa thầy đó chỉ là em học thuộc lòng bản phiên âm, thật sự em chưa hề được dạy bảo về Hán tự. ..Sau khi trao đổi chừng mười lăm phút, ông giáo cám ơn Thu Nguyệt và ông cũng không quên chúc Thu Nguyệt nhiều may mắn.

Thu Nguyệt trở về về chỗ ngồi, nàng có vẻ xúc động gần như nàng muốn khóc òa. Trọng đã phải vỗ về an ủi, dù sao tụi mình cũng chắc chắn qua được môn Việt văn rồi! Nàng cười và nói: "Cám ơn anh, mình qua được môn Việt Văn hôm nay là nhờ bài tốm tắt của anh thật đầy đủ, ngay cả với những câu cổ văn Hán tự."...Rồi nàng ngã đầu vào vai Trọng:

- Buổi thi vấn đáp của tụi minh hôm nay đến đay là hết, ngày mai chỉ còn hai môn nữa, anh nhớ đến thật sớm để tụi mình cùng ôn bài. Nhớ đến sớm nghe anh...Trọng lặng thinh, chỉ biết lủi thủi bước theo Thu Nguyêt ra về. Ra đến ngoài, đứng dưới véranda, Trọng vụt miệng nói với Thu Nguyệt:

- Tôi nghĩ Thu Nguyêt đâu cần thuộc bài mới đậu?

Sau câu nói ấy Trọng thấy mặt Thu Nguyệt biến sắc. Nàng có vẻ vô cùng giận dữ, chân mày nhíu lại, miệng há hốc nhìn anh với đôi môi run run...Nhưng liền sau đó đôi mắt quạ của Thu Nguyêt trở nên hiền dịu lạ thường, nụ cười lại điểm trên gương mặt trái xoan, với giọng nói đầm thấm thân yêu, Thu Nguyệt nói với Trọng:

- Anh Trọng? Anh đánh giá mình như thế nào mà anh nhẫn tâm nói như vậy? Xin anh đừng nói với mình những câu nói như vây nữa. Nếu anh cứ tiếp tục nói như vậy sau này anh sẽ ân hận khi anh nhớ về mình. Trọng vô cùng bối rối chỉ biết nói:

- Xin Thu Nguyệt thứ lỗi cho, tôi đã quá vụng về

 Với nụ cười rạn rỡ, Thu Nguyệt nói:

- Vậy thì hai đứa mình coi như huề. Mai nhớ đến sớm để hai đứa mình cùng ôn bài nghe anh...

Sau khi từ giả Thu Nguyệt, trên đường về nhà, Trọng mới nhận ra một sự thật phũ phàng, đối với Thu Nguyệt trước sau gì anh cũng chỉ là một cậu học trò khờ khạo chưa đủ trưởng thành. Nhớ lại câu Thu Nguyệt nói " *Vậy thì hai đưa mình coi như là huề*" như một lời an ủi cho một đứa trẻ con...

Vào buổi xế chiều ngày thi vấn đáp cuối cùng, Trọng và Thu Nguyệt đã thi xong và tin tưởng cả hai đều đậu. Nhưng không ai muốn ra về. Họ vẫn yên lăng ngồi bên cạnh nhau, bất chợt Thu Nguyệt nói:

- Ngoài kia nắng cuối Hạ vàng vọt làm sao ấy! Gió biển vẫn rạt rào thổi nghe mát rượi... phải không anh?

Câu hỏi của Thu Nguyệt kéo Trọng về thực tế. Trọng vẫn lặng yên, ngồi bên canh Thu Nguyệt như tượng đá. Một lần nữa Thu Nguyệt âu yếm nắm lấy cánh tay anh, nhìn thẳng vào mắt anh như để thăm dò, nàng hỏi:

- Đậu xong bằng Thành Chung kỳ này, chắc anh tiếp tục học hết tú tài và vào đại học phải không anh"?.

Nghe Thu Nguyệt hỏi, Trọng xem chừng con đường tương lai của mình còn xa ngái, trong lúc Thu Nguyệt là một thiếu nữ rất thực tế nhưng mộng của nàng rất cao. Trọng nhớ cách đây 3 tháng, Thu Nguyệt cho Trọng hay là Thu Nguyệt vừa từ chối lời cầu hôn của một thầy giáo dạy Anh văn đã từng du học bên Anh, với lý do đơn giản, "thầy giáo không phải là đối tượng tình cảm của mình". Trọng cúi đầu nhìn mũi giầy, Trọng biết Thu Nguyệt ở quá xa tầm tay mình với tới. Trọng nói với Thu Nguyệt:

- Đậu bằng Thành Chung kỳ 2, coi như lỡ thầy lỡ thợ. Thôi thì tiếp tục học lên đệ tam, sau rồi mới tính.

Nghe nói thế, Thu Nguyệt liền đỡ lời:

- Sao vậy anh? Anh có vẻ bi quan vậy? Mình thấy anh có đủ khả năng tiến xa và rất xa hơn các bạn bè...Còn mình thì tuần sau vào Sàigòn mình cố thi vào một trường chuyên môn nào đó như Sage Femme D'État, Infirmier D'État...chỉ cần có bằng Thành Chung là đủ.

Trọng liền cướp lời Thu Nguyệt:

- Dù cho học trường nào đi nữa, tôi nghĩ Thu Nguyệt vào Saigòn sống là hợp lý, ở đó Thu Nguyệt có muôn vàn lựa chọn cho tương lai của mình...

Sau một phút yên lặng, trầm ngâm, Thu Nguyệt nói:

- Cám ơn anh, nhờ sự giúp đỡ của anh trong mấy ngày qua, nếu không gặp được anh, chưa chắc tụi mình có ngày vui như hôm nay...Đọan Thu Nguyêt ngã đầu vào vai Trọng, nàng khẻ nói:

- Thôi, chiều rồi, mình về nghe anh...Chắc không còn cơ hội gặp lại nhau lần nữa...

Nghe Thu Nguyệt nói những lời giã biệt quá bất ngờ, Trọng buồn chi lạ! Trọng rất muốn gặp lại Thu Nguyệt nhưng chàng không đủ can đảm gọi tên Thu Nguyệt cho thật lớn để cho Thu Nguyêt ngoái đầu nhìn lại nhau lần cuối.

Chỉ có hai ngày ngồi bên cạnh Thu Nguyệt vào thi vấn đáp, chỉ có hai ngày ấy thôi, Thu Nguyệt đã dạy cho Trọng bài học vỡ lòng về tình yêu, Trọng cảm thấy mình lớn lên qua nhiều năm tháng. Trọng cám ơn Thu Nguyệt đã đi vào đời tình cảm của mình như một định mệnh, để lai cho mình những ký niệm khó nguôi, đẹp và buồn. Nắng vàng ngoài sân trường Võ Tánh chiều hôm ấy bỗng dưng rưng rưng. Trọng đang khóc..../.

Chicago-Một chiều cuối Hạ
July-2017

TRUNG THU TÙY BÚT

Trong suốt gần 4000 năm lịch sử của nước ta, bên cạnh ngày lễ Tết nguyên đán còn có ngày lễ hội Trung Thu dành cho các trẻ em. Lễ hội Trung Thu được cử hành hàng năm vào ngày rằm tháng Tám âm lịch. Vào ngày này, trẻ em thường nhận được quà tặng từ cha mẹ, ông bà để cử hành lễ hội Trung Thu. Phần nhiều quà tặng các em thích nhất là những lồng đèn có hình ngôi sao, cá chép, con gà trống, con thiên nga, con bướm...hay lớn hơn có hình con rồng dài, cái đầu con lân...

Trong đêm lễ hội Trung Thu, trẻ em ca hát tưng bừng, mừng vui, những ca khúc cổ truyền *"Tết Trung Thu rước lồng đèn đi chơi/Em rước đèn đi khắp phố phường/ Em múa ca trong ánh trăng rằm/...Đèn ông sao với đèn cá chép/ Đèn thiên nga với đèn bươm bướm/...Em rước đèn này lên đến Cung Trăng/...Em múa ca vui đón chị Hằng...* Chẳng những thế, theo nhạc sỹ Lê Thương, trong bài hát "THẰNG CUỘI" các cháu còn rủ rê cả chú Cuội: *"Lặng yên ta nói cho Cuội* nghe/Ở Cung Trăng mãi làm chi/ Bóng trăng sáng ngà/Có cây đa to/Có thằng Cuội già ôm một mối mơ...". Khi được sung sướng ca hát nhảy múa các cháu cũng không quên những bạn tí hon,"Các con dế mèn/Suốt trong đêm khuya /hát xẩm không tiền/Nên nghèo xác xơ/ Đền công cho dế nỉ non/Trời cho sao chiếu ngàn muôn....". Phải chăng ánh sáng đêm trăng vào lễ Trung Thu là một ân phúc, là người bạn Trời cho các cháu trong ngày vui, "Sáng rơi xuống đồi/Sáng leo lên cây/...Sáng mỏi chân rồi sáng ngồi xuống đây/...Cùng trông ánh sáng cười vui/ Chị em ta hãy đùa chơi/...Các em thích cười/Muốn lên cung trăng/ Cứ hỏi ông Trời cho mượn cái thang...". Thật là tuyệt vời các cháu coi ông Trời như lạ bạn có thể hỏi mượn cái thang để leo lên cung trăng để thăm chị Hằng và rủ rê chú Cuội xuống trần nhảy múa ca hát cho vui...Tai sao vây? vì các cháu là tương lai của ông bà cha mẹ, là niềm tin yêu của nhân loại, niềm kiêu hãnh của ông Trời?

Các em bé chia từng đàn, từng nhóm, nhảy múa ca hát, múa Lân, múa Rồng... doc theo các đường phố, các nhà chùa, các đền đài. Các cháu cũng xin phép được múa Lân, múa Rồng trước cửa nhà của tư nhân, của các thương gia, với niềm tin sẽ đem lại cho họ nhiều may mắn, sức khỏe, tiền tài, thịnh vượng...Đổi lại các tư gia, các thương gia cho các cháu một món tiền gọi là "tiền hên" như là biểu tượng lòng tri ân của họ đối với các cháu.

Bên cạnh những cái lồng đèn rực rở, sáng ngời, món "tiền hên", cha mẹ ông bà còn cho các cháu những cái bánh trung thu ngon lành thơm phức làm từ bột pha đường và lòng đỏ của trứng gà. Bổ bánh trung thu ra làm hai, người ta thấy cái nhân là nửa lòng đỏ trứng gà, tượng trưng cho mặt trăng tròn và sáng của đêm trung thu...

Mặc dầu lễ hội Trung Thu hầu như chỉ dành riêng cho các trẻ em, nhưng trong thực tiễn nó tạo nên cơ hội giao tiếp cởi mở giữa các thế hệ xã hội và gia đình. Lễ hội Trung Thu còn là nguồn cảm hứng sâu sắc sản sinh sức mạnh của lòng tin yêu đoàn kết, cảm nhận, chẳng những giữa con người với con người mà còn là giữa con người với thiên nhiên ngay cả với thằng Cuội, chị Hằng, Ánh sáng...và con dế mèn../.

Trung Thu-Nhâm Dân – 2022

HOÀI NIỆM CHIỀU BA MƯƠI TẾT

Anh bước vội vào trong toa xe điện. Một chút ăn năn vì anh về muộn. Anh lỡ quên hôm nay là ba mươi Tết. Anh tìm chỗ ngồi kín đáo và cố thu người lại sao cho ấm. Anh nghĩ bên nhà giờ này là mùng một Tết. Anh vụt nhớ câu thơ ai viết:"*Đêm xuống bên ni/ Ngày lên bên nớ*". Mắt anh đau đáu nhìn ra ngoài trời, Chicago tràn ngập tuyết. Chiếc tàu điện cần mẫn lặng lẽ trường mình dưới tuyết lạnh đưa đoàn lữ hành về các vùng ngoại ô phía Tây thành phố Chicago.

Những liễn gấm, những lư đồng sáng choang của chiều ba mươi Tết, và mùi hương trầm quyện vào nhau như một cuộn phim hiện ra đậm đặc từng nét trong trí tưởng của anh. Anh nhớ cây tre nêu trong sân nhà mỗi chiều ba mươi Tết. Anh nhớ mảnh vải điều hình tam giác mắc trên đỉnh cây tre nêu. Trên mảnh vải điều đó, Cha anh đã vẽ 4 vạch ngang và 5 vạch dọc bằng mực Tàu đen mà ông cụ gọi là "*Tứ tung-Ngũ hoành*". Thật sự không ai trong gia đình hay biết *"tứ tung ngũ hoành"* mang ý nghĩa gì? Họa chăng chỉ có Cha anh mới biết. Nhưng ông cụ không nói cho ai hay trong lúc ông còn sống. Ông cụ mang theo niềm bí ẩn ấy xuống tuyền đài.

Anh nhớ mẹ anh vô hạn, người qua đời cách đây mấy năm. Mẹ anh năm nào cũng vậy vào lúc nửa đêm giao thừa bà mặc áo dài thâm đen, đứng trong sân nhà với nắm nhang đưa cao trên đầu. Mẹ khấn vái mười phương. Lời cầu nguyên của bà làm rung động muôn sao trên trời. Bà cầu nguyện sức khỏe cho chồng cho con, cho các con ăn học thành đạt nên người. Lúc ấy mẹ đâu có hay, một trong những đứa con thành đạt của mẹ sau này mãi mê giang hồ dong ruổi xứ người. Cách đây mấy năm, Cha, Mẹ anh lần lượt qua đời. Anh còn người em gái út năm nay cũng đã ngoài sáu mươi, ở lại với bà con trông nom nhà từ đường của dòng họ và chăm sóc mồ mã nghĩa trang. Người anh cả của anh năm nay cũng vừa ngoài bảy mươi lăm, mấy mươi năm qua anh ấy lập nghiệp ở Nha Trang và sống với gia đình ngoài đó luôn. Tuy nhiên, khi Cha, Mẹ, còn sống hay quá vãng, vào ngày Tư ngày Tết, anh ấy cũng đưa gia đình về Phan Rang. Sau khi Cha Mẹ qua đời, anh ấy thường về để phụ cô em gái chăm lo Từ đường, mảnh vườn còn lại, và mấy sào đất thổ, phần hương hỏa...

Anh về đến nhà muộn. Anh xin lỗi vợ. Chị buồn. Chị nói lẫy:

- Anh cũng biết hôm nay là ba mươi Tết nữa sao?

Anh cúi đầu lặng thinh. Anh nhìn lên bàn thờ cha mẹ anh, nhang đèn đã sẵn. Vợ anh đến bên cạnh anh. Chị ôm vai anh, nói trong giọng ngậm ngùi:

- Anh vào nhà tắm rửa, thay đồ, em bày cỗ xong rồi, anh ra lên nhang đèn rước ông bà, cha mẹ hai bên về ăn Tết. Anh nhớ khấn nguyện với ba mẹ, năm tới vợ chồng mình về Xóm Động, Phan Rang ăn Tết nghe anh...

Nghe vợ nói, anh có cảm tưởng như nghe Mẹ nói với Cha mấy mươi năm về trước. Anh buồn như muốn khóc. Chị an ủi:

- Anh buồn vì Tết nhất, con cái không thấy đứa nào về hôm sớm với vợ chồng mình phải không anh? Ở Mỹ mà anh! Các con còn phải lo công ăn việc làm. Với lại các con, còn phải lo tổ chức Tết cho vợ, cho chồng cho con của tụi nó chớ anh. À, anh...cả ba đứa con vừa điện thư cho biết, tối nay đúng giao thừa các con sẽ gọi chúc Tết ba mẹ. Em nghĩ các con biết điều như vậy là quí lắm rồi...

Anh thầm cảm ơn vợ, anh bước vào phòng tắm. Không hiểu sao, anh gọi với ra nói với vợ:

- Khuya nay em nhớ làm lễ giao thừa chớ em?

- Nhớ chớ anh. Như mọi năm, giao thừa năm nào em cũng làm lễ *"cúng sao"*, cầu nguyên cho vợ chồng mình được mạnh khỏe, các con các cháu mạnh giỏi làm ăn thành đạt, như Mẹ làm mấy mươi năm về trước...Anh vẫn nhớ chớ anh?

Đứng trong nhà tắm nghe vợ nói, mắt anh cay sè, cái khăn anh cầm suýt chùi ra khỏi tay. Ngước mặt lên vòi nước, anh tháo nhẹ...Nước tràn lên mắt anh, mặt anh, tràn vao khóe miệng anh. Anh nghe có mùi mặn mặn, Mùi mặn của nước mắt. Hình như anh đang khóc?../.

Chicago-
December 14-2010

TRIỀN DỐC HOÀNG HÔN

Đi giữa đường chiều dọc theo khu rừng cấm Stow, Ohio. Bóng chiều vừa xuống ánh sáng hoàng hôn dâng cao trên đỉnh những ngọn cây. Chiều nay, chiều cuối tháng Bảy, mùa Hạ rồi sẽ qua. Đứng trước trời chiều chạng vạng, ông đưa cây gậy lên cao trên nền trời xám, như muốn chạm những tia sáng hoàng hôn còn sót lại và níu kéo ngày dài thêm ra. Ông ngồi nghỉ trên ghế đá chợt nhìn thấy bóng mình đổ dài theo triền dốc bên vệ đường. Lòng ngẩn ngơ. Trời chiều đi dần vào chạng vạng. Ông nhớ câu thơ của cụ Phan Khôi: *"Nắng chiều tuy chạng vạng, nhưng nắng được thì cứ nắng"*. Bạn bè của ông lần lượt ra đi, chỉ còn lại một ít người như ông đang sống trong tuổi hoàng hôn của đời.

Đã hơn 45 năm, ông sống lưu vong, kể từ ngày ly loạn, biết bao nước chảy qua cầu, biển xanh biến thành nương dâu, "một triệu người vui cũng có một triệu người buồn". Thuở ấy!

Trong số bạn bè xưa:

Có người đã hy sinh vì lý tưởng yêu nước, yêu tự do, dân chủ, độc lập, họ đã bỏ mình dọc đường kháng chiến giải phóng quê hương.

Có người vùi thây dưới đáy biển Đông trên đường vượt biên tìm đất sống, tìm tự do, dân chủ, công bằng xã hội.

Có nhiều người miền Nam, nhất là quân đội, đã bỏ mình trong lao tù cải tạo sau khi bị *"bên thắng cuộc"* qui chụp cái mũ ngụy quân ngụy quyền, biệt kích...

Những người còn sống:

Có người đã bỏ cuộc chơi về ở ẩn, thiền định, quyết tâm tìm ra câu trả lời về những hành động yêu nước của mình trước kia và những gì mình thấy trong thế giới Khoa Học Công Nghệ 4.0 hôm nay.

Có người vẫn còn gắng bó với đời, cố đi về phía trước bên cạnh cuộc đời bình thường vất vã.

Có người vẫn còn mạnh dạn tin vào lý tưởng tất thắng, mặc dầu thế giới đã đổi thay, cái kén năm xưa đã tự phá vỡ, giờ là con bướm bay nhởn nhơ trong thế giới Toàn Cầu Hóa...

Có người như ông vừa bước qua tuổi 86, đang sống lầm lũi ở xứ người, trong thân phận lưu vong. Ông cố tìm ra đâu là bạo lực, đâu là tự do, dân chủ, đâu là lý tưởng sống của ông và bạn bè trong quá khứ. Để rồi chiều nay một mình đi bộ trên triền dốc hoàng hôn, ông đi dần vào bóng tối.

Có những đêm mất ngủ, ông ra đứng trên sân thượng nhìn bầu trời đầy sao lấp lánh, ông rơi vào một một khoảng trống mênh mong vô hạn. Chợt ông ngước nhìn sao Hôm tỏa sáng, lên cao dần từ phương Đông để rồi khuya nay, chính nó lai trở thành sao Mai và mờ dần theo ánh sáng bình minh. Nghĩ về sự chuyển dịch của sao Hôm chẳng khác nào kiếp vô thường của cuộc sống. Tất cả chỉ là sự chuyển dịch, không có gì mới lạ của đêm nay so với đêm hôm qua. Ông nhớ nhà bác học người Pháp, Antoine Lavoisier, từ thế kỷ XVIII đã nói lên sự thật: *Rien ne se perd, rien ne se crée, tout se transforme.* Không có gì mất, không có gì mới, tất cả chỉ là sự chuyển dịch. Trầm tư với tư duy này, bỗng dưng lòng ông ấm lại lạ thường. Ông thấy tự hào về tuổi già, và ý chí tồn tại của mình với đầy đủ khả năng tri thức giữa các bạn bè trong nhip sống hằng ngày.../.

Ohio- vào một chiều cuối Hạ -2022

Liên Lạc Tác Giả:

Đào Như

thetrongdao2000@yahoo.com